Building Bridges Through Literacy: A Program for Everyone

సాక్షరత ద్వారా వారధులు నిర్మించడం: అందరికీ ఒక కార్యక్రమం

AF113217

Arjun Rhapsody

Copyright © [2023]

Author: Arjun Rhapsody

Building Bridges Through Literacy: A Program for Everyone

All rights reserved. No part of this publication may be reproduced or transmitted in any form or by any means, electronic or mechanical, including photocopying, recording, or any information storage and retrieval system, without prior written permission from the author.

This book is a self-published work by the author Arjun Rhapsody

ISBN:

TABLE OF CONTENTS

Chapter 1: The Power of Literacy - Laying the Foundation 14

- Introduction: Defining literacy in its broadest sense - reading, writing, communication, and critical thinking.
- The importance of literacy in today's world: personal empowerment, social mobility, economic opportunity, and civic engagement.
- Literacy challenges and disparities: acknowledging existing inequalities in access to quality literacy education.
- The bridge metaphor: literacy as a tool for connection, understanding, and overcoming barriers.

Chapter 2: Building the Bridge - Program Design and Principles 24

- Program philosophy: inclusivity, learner-centeredness, cultural sensitivity, and lifelong learning.
- Program pillars: identifying core components like individualized learning plans, diverse learning methods, technology integration, and community partnerships.
- Building blocks of the program: outlining different modules or activities addressing reading, writing, communication, and critical thinking skills.
- Addressing diverse needs: considerations for adapting the program to various age groups, learning levels, and cultural backgrounds.

Chapter 3: Crossing the Bridge - Program Implementation and Delivery — 36

- Recruiting and training facilitators: finding passionate and qualified individuals to guide learners.
- Creating engaging learning environments: fostering safe, supportive, and interactive spaces for learning.
- Utilizing diverse learning resources: incorporating books, technology, games, and community resources into the program.
- Assessment and evaluation: tracking progress, measuring impact, and continuously improving the program.

Chapter 4: Reaching Across the Gap - Partnerships and Collaboration — 45

- Building partnerships with schools, libraries, community organizations, and government agencies.
- Engaging volunteers and mentors: harnessing the power of community involvement.
- Fostering family engagement: supporting parents and caregivers as literacy partners.
- Advocating for literacy: raising awareness and garnering support for literacy initiatives.

Chapter 5: Journeys on the Bridge - Learner Stories and Successes   53

- Sharing inspiring stories of program participants from diverse backgrounds.
- Highlighting the impact of literacy on individual lives: personal growth, increased confidence, improved opportunities.
- Showcasing the program's contribution to community development and social cohesion.
- Celebrating milestones and achievements along the learning journey.

Chapter 6: Strengthening the Bridge - Sustainability and Future Directions   61

- Strategies for long-term program sustainability: funding, resource management, and partnerships.
- Adapting and evolving the program: responding to changing needs and incorporating new methodologies.
- Measuring and demonstrating program impact: providing evidence of success for continued support.
- Sharing best practices and lessons learned: inspiring others to replicate and expand literacy initiatives.

Chapter 7: Building Bridges Beyond Borders - A Global Call to Action   71

- Highlighting the universal need for literacy education across the globe.
- Encouraging international collaboration and knowledge sharing in literacy programs.
- Advocating for equitable access to quality literacy education for all.
- A call to action: inspiring readers to get involved in building bridges through literacy in their own communities.

TABLE OF CONTENTS

అధ్యాయం 1: అక్షరజ్ఞాన శక్తి - పునాదులు వేయడం 14

- పరిచయం: అక్షరజ్ఞానం యొక్క విస్తృత అర్థాన్ని నిర్వచించడం - చదువు, రాయడం, కమ్యూనికేషన్ మరియు విమర్శనాత్మక ఆలోచన.

- నేటి ప్రపంచంలో అక్షరజ్ఞానం యొక్క ప్రాముఖ్యత: వ్యక్తిగత స్వాధీనత, సామాజిక చలనం, ఆర్థిక అవకాశాలు మరియు పౌర స engagement.

- అక్షరజ్ఞాన సవాళ్లు మరియు అసమానతలు: నాణ్యమైన అక్షరజ్ఞాన విద్యకు ప్రాప్తిలో ఉన్న అసమానతలను గుర్తించడం.

- వంతెన ఉపమానం: అక్షరజ్ఞానం కనెక్షన్, అవగాహన మరియు అడ్డంకులను అధిగమించడానికి ఒక సాధనంగా.

అధ్యాయం 2: వంతెన నిర్మాణం - కార్యక్రమ రూపకల్పన మరియు సూత్రాలు

- కార్యక్రమ తత్వశాస్త్రం: సమ్మిళితతత్వం, నేర్పేవారి-కేంద్రీకృత, సాంస్కృతిక సున్నితత్వం మరియు జీవితకాల అభ్యాసం.

- కార్యక్రమ స్తంభాలు: వ్యక్తిగతీకరించిన నేర్పు పథకాలు, వైవిధ్యమైన నేర్పు పద్ధతులు, సాంకేతిక పరిజ్ఞాన సమైక్యతం మరియు కమ్యూనిటీ భాగస్వామ్యాలు వంటి ప్రధాన భాగాలను గుర్తించడం.

- కార్యక్రమ యొక్క బిల్డింగ్ బ్లాక్లు: చదవడం, రాయడం, కమ్యూనికేషన్ మరియు విమర్శనాత్మక ఆలోచన నైపుణ్యాలను పరిష్కరించే వివిధ మాడ్యూళ్లు లేదా కార్యకలాపాలను వివరించడం.

- వైవిధ్యమైన అవసరాలను పరిష్కరించడం: వివిధ వయస్సు గ్రూపులు, నేర్పు స్థాయిలు మరియు సాంస్కృతిక నేపథ్యాలకు కార్యక్రమాన్ని అనుసరించడానికి పరిగణనలు.

అధ్యాయం 3: వంతెన దాటడం - కార్యక్రమ అమలు మరియు పంపిణీ 36

- సులభీకృతం చేయడం మరియు శిక్షణ ఇవ్వడం: నేర్చేవారిని నేర్పించడానికి ఉత్సాహపూరిత మరియు అర్హత కలిగిన వ్యక్తులను కనుగొనడం.
- ఆకర్షణీయమైన నేర్పు వాతావరణాలను సృష్టించడం: నేర్పు కోసం సురక్షితమైన, సహాయక మరియు ఇంటరాక్టివ్ స్థలాలను పెంపొందించడం.
- వైవిధ్యమైన నేర్పు వనరులను ఉపయోగించడం: పుస్తకాలు, సాంకేతికత, ఆటలు మరియు కమ్యూనిటీ వనరులను కార్యక్రమంలో చేర్చడం.
- అంచనా మరియు విలువైక్యత: పురోగతిని ట్రాక్ చేయడం, ప్రభావాన్ని కొలవడం మరియు కార్యక్రమాన్ని నిరంతరం మెరుగుపరచడం.

అధ్యాయం 4: అంతరాన్ని దాటడం - భాగస్వామ్యాలు మరియు సహకారం 45

- పాఠశాలలు, గ్రంథాలయాలు, కమ్యూనిటీ సంస్థలు మరియు ప్రభుత్వ సంస్థలతో భాగస్వామ్యాలు నిర్మించడం.
- స్వచ్ఛంద సేవకులు మరియు గురువులను నియమించడం: కమ్యూనిటీ భాగస్వామ్యం యొక్క శక్తిని ఉపయోగించుకోవడం.
- కుటుంబాల భాగస్వామ్యాన్ని ప్రోత్సహించడం: తల్లిదండ్రులు మరియు సంరక్షకులను అక్షరజ్ఞాన భాగస్వామ్యులుగా మద్దతు ఇవ్వడం.
- అక్షరజ్ఞానం కోసం వాదించడం: అక్షరజ్ఞాన కార్యక్రమాలపై అవగాహన పెంచడం మరియు మద్దతు పొందడం.

అధ్యాయం 5: వంతెనపై ప్రయాణాలు - నేర్పేవారి కథలు మరియు విజయాలు

- వివిధ నేపథ్యాల నుండి కార్యక్రమంలో పాల్గొన్న వ్యక్తుల స్ఫూర్తిదాయకమైన కథలను పంచుకోవడం.
- వ్యక్తిగత జీవితాలపై అక్షరజ్ఞానం యొక్క ప్రభావాన్ని హైలైట్ చేయడం: వ్యక్తిగత వృద్ధి, పెరిగిన ఆత్మవిశ్వాసం, మెరుగైన అవకాశాలు.
- కమ్యూనిటీ అభివృద్ధి మరియు సామాజిక సమైక్యతకు కార్యక్రమం యొక్క đóng gópను ప్రదర్శించడం.
- నేర్పు ప్రయాణంలో మైలురాయిలు మరియు విజయాలను జరుపుకుంటున్నారు.

అధ్యాయం 6: వంతెనను బలోపేతం చేయడం - స్థిరత్వం మరియు భవిష్యత్ దిశలు

- దీర్ఘకాలిక కార్యక్రమ స్థిరత్వం కోసం వ్యూహాలు: నిధులు, వనరుల నిర్వహణ మరియు భాగస్వామ్యాలు.

- కార్యక్రమాన్ని అనుసరించడం మరియు పరిణామం చెందడం: మారుతుల అవసరాలకు స్పందించడం మరియు కొత్త పద్ధతులను చేర్చడం.

- కార్యక్రమ ప్రభావాన్ని కొలవడం మరియు ప్రదర్శించడం: నిరంతర మద్దతు కోసం విజయానికి bằng chứngను అందించడం.

- ఉత్తమ పద్ధతులు మరియు నేర్చుకున్న పాఠాలను పంచుకోవడం: ఇతరులను అక్షరజ్ఞాన కార్యక్రమాలను పునరావృతం చేయడానికి మరియు విస్తరించడానికి ప్రేరేపించడం.

అధ్యాయం 7: సరిహద్దులు దాటి వంతెనలు నిర్మించడం - ఒక గ్లోబల్ చర్యకు పిలుపు

- ప్రపంచవ్యాప్తంగా అక్షరజ్ఞాన విద్య అవసరాన్ని హైలైట్ చేయడం.
- అక్షరజ్ఞాన కార్యక్రమాలలో అంతర్జాతీయ సహకారం మరియు ఙ్ఞాన భాగస్వామ్యాన్ని ప్రోత్సహించడం.
- అందరికీ నాణ్యమైన అక్షరజ్ఞాన విద్యకు సమాన ప్రాప్తిని వాదించడం.
- అక్షరాస్యత ద్వారా మీ సొంత సమాజాలలో వంతెనలు నిర్మించడంలో పాల్గొనడానికి పాఠకులను ప్రేరేపించే పిలుపు: ఒక చర్యకు పిలుపు

Chapter 1: The Power of Literacy - Laying the Foundation
అధ్యాయం 1: అక్షరజ్ఞాన శక్తి - పునాదులు వేయడం

పరిచయం: అక్షరజ్ఞానం యొక్క విస్తృత అర్థాన్ని నిర్వచించడం - చదువు, రాయడం, కమ్యూనికేషన్ మరియు విమర్శనాత్మక ఆలోచన

చదువు

చదువు అనేది ఒక వ్యక్తి ఒక భాషను అర్థం చేసుకోవడానికి మరియు ఉపయోగించడానికి నేర్చుకోవడం. ఇది ఒక ముఖ్యమైన నైపుణ్యం, ఎందుకంటే ఇది మనం మన చుట్టూ ఉన్న ప్రపంచాన్ని అర్థం చేసుకోవడానికి మరియు సంభాషించడానికి అనుమతిస్తుంది.

చదువు యొక్క రెండు ప్రధాన అంశాలు ఉన్నాయి:

- పఠనం: ఇది వచనాన్ని అర్థం చేసుకోవడం మరియు విశ్లేషించడం.
- రీడింగ్ క(మ్ప్రెహెన్షన్: ఇది వచనంలోని ముఖ్యమైన అంశాలను గుర్తించడం మరియు అర్థం చేసుకోవడం.

చదువు యొక్క కొన్ని ప్రయోజనాలు:

- ఇది మనకు మన చుట్టూ ఉన్న ప్రపంచాన్ని అర్థం చేసుకోవడానికి సహాయపడుతుంది.

- ఇది మనకు మన ఆలోచనలను మరియు ఆలోచనలను మరింత సమర్థవంతంగా వ్యక్తపరచడానికి సహాయపడుతుంది.
- ఇది మనకు కొత్త విషయాలను నేర్చుకోవడానికి మరియు పెరగడానికి సహాయపడుతుంది.

రాయడం

రాయడం అనేది ఒక వ్యక్తి ఒక భాషను ఉపయోగించి తన ఆలోచనలను మరియు ఆలోచనలను వ్యక్తపరచడం. ఇది ఒక ముఖ్యమైన నైపుణ్యం, ఎందుకంటే ఇది మనకు మన ఆలోచనలను మరియు ఆలోచనలను ఇతరులతో పంచుకోవడానికి అనుమతిస్తుంది.

రాయడం యొక్క రెండు ప్రధాన అంశాలు ఉన్నాయి:

- వ్రాత: ఇది వచనాన్ని రూపొందించడం మరియు సృష్టించడం.
- రీడింగ్ కమ్ప్రెహెన్షన్: ఇది వచనంలోని ముఖ్యమైన అంశాలను గుర్తించడం మరియు అర్థం చేసుకోవడం.

రాయడం యొక్క కొన్ని ప్రయోజనాలు:

- ఇది మనకు మన ఆలోచనలను మరియు ఆలోచనలను మరింత సమర్థవంతంగా వ్యక్తపరచడానికి సహాయపడుతుంది.
- ఇది మనకు కొత్త విషయాలను నేర్చుకోవడానికి మరియు పెరగడానికి సహాయపడుతుంది.

- ఇది మనకు మన పని మరియు కెరీర్‌లో విజయం సాధించడానికి సహాయపడుతుంది.

కమ్యూనికేషన్ మరియు విమర్శనాత్మక ఆలోచన

కమ్యూనికేషన్ మరియు విమర్శనాత్మక ఆలోచన అనేవి రెండు ముఖ్యమైన నైపుణ్యాలు, ఇవి విద్య, పని మరియు వ్యక్తిగత జీవితంలో విజయానికి అవసరం.

కమ్యూనికేషన్ అనేది వ్యక్తుల మధ్య సమాచార మార్పిడి. ఇది మౌఖిక, వ్రాతపూర్వక లేదా శారీరకంగా ఉండవచ్చు. కమ్యూనికేషన్ యొక్క ఉద్దేశ్యం సమాచారాన్ని పంపడం, అర్థం చేసుకోవడం మరియు భావోద్వేగాలను పంచుకోవడం.

విమర్శనాత్మక ఆలోచన అనేది సమాచారాన్ని విశ్లేషించడం మరియు సమస్యలను పరిష్కరించడానికి సమగ్రమైన మార్గాన్ని ఉపయోగించడం. ఇది సాక్ష్యాలు మరియు కారణాలపై ఆధారపడి తీర్మానాలు తీసుకోవడం మరియు స్వీయ-ప్రశ్నలు అడగడం వంటి నైపుణ్యాలను కలిగి ఉంటుంది.

కమ్యూనికేషన్ మరియు విమర్శనాత్మక ఆలోచన యొక్క సంబంధం

కమ్యూనికేషన్ మరియు విమర్శనాత్మక ఆలోచన ఒకదానికొకటి ముఖ్యమైనవి. విమర్శనాత్మకంగా ఆలోచించగల వ్యక్తి సమాచారాన్ని మరింత సమర్థవంతంగా అర్థం చేసుకోగలడు మరియు దానిని ఇతరులతో మరింత సమర్థవంతంగా కమ్యూనికేట్ చేయగలడు.

ఉదాహరణకు, ఒక విద్యార్థి ఒక వ్యాసం చదువుతున్నప్పుడు, అతను లేదా ఆమె విమర్శనాత్మకంగా ఆలోచించడం ద్వారా వ్యాసం యొక్క ముఖ్యమైన అంశాలను గుర్తించగలడు. అతను లేదా ఆమె వ్యాసం యొక్క వాదనలను విమర్శించగలడు మరియు తన స్వంత ఆలోచనలను అందించగలడు. ఈ నైపుణ్యాలు విద్యార్థికి వ్యాసం యొక్క సమాచారాన్ని మరింత సమర్ధవంతంగా అర్థం చేసుకోవడానికి మరియు ఇతరులతో దానిని సమర్ధవంతంగా కమ్యూనికేట్ చేయడానికి సహాయపడతాయి.

నేటి ప్రపంచంలో అక్షరజ్ఞానం యొక్క ప్రాముఖ్యత

అక్షరజ్ఞానం అనేది ఒక వ్యక్తి చదవడం, రాయడం మరియు అర్థం చేసుకోవడం సామర్ధ్యం. ఇది ఒక ముఖ్యమైన నైపుణ్యం, ఎందుకంటే ఇది మనం మన చుట్టూ ఉన్న ప్రపంచాన్ని అర్థం చేసుకోవడానికి మరియు సంభాషించడానికి అనుమతిస్తుంది.

నేటి ప్రపంచంలో, అక్షరజ్ఞానం యొక్క ప్రాముఖ్యత మరింత పెరిగింది. ఇది వ్యక్తిగత స్వాధీనత, సామాజిక చలనం, ఆర్థిక అవకాశాలు మరియు పౌర సమగ్రతకు ముఖ్యమైనది.

వ్యక్తిగత స్వాధీనత

అక్షరజ్ఞానం వ్యక్తిగత స్వాధీనతకు ముఖ్యమైన మార్గం. అక్షరాస్యులు తమ చుట్టూ ఉన్న ప్రపంచాన్ని అర్థం చేసుకోగలరు మరియు స్వీయ-నిర్ణయాలు తీసుకోగలరు. వారు తమ ఆరోగ్యం, విద్య మరియు ఆర్థిక భవిష్యత్తు గురించి మెరుగైన నిర్ణయాలు తీసుకోగలరు.

సామాజిక చలనం

అక్షరజ్ఞానం సామాజిక చలనానికి ముఖ్యమైన మార్గం. అక్షరాస్యులు సమాచారాన్ని పంచుకోగలరు మరియు మార్పును ప్రోత్సహించడానికి కలిసి పని చేయగలరు. వారు తమ హక్కులను రక్షించుకోవడానికి మరియు వారి సమాజాలను మెరుగుపరచడానికి చర్య తీసుకోగలరు.

ఆర్థిక అవకాశాలు

అక్షరజ్ఞానం ఆర్థిక అవకాశాలకు ముఖ్యమైన మార్గం. అక్షరాస్యులు మంచి ఉద్యోగాలు పొందగలరు మరియు మరింత సంపాదించగలరు. వారు తమ ఆర్థిక భవిష్యత్తును మెరుగుపరచుకోవడానికి మరియు తమ కుటుంబాలకు మంచి జీవనోపాధిని అందించడానికి చర్య తీసుకోగలరు.

పౌర సమగ్రత

అక్షరజ్ఞానం పౌర సమగ్రతకు ముఖ్యమైన మార్గం. అక్షరాస్యులు తమ ప్రభుత్వం యొక్క చర్యలను అర్థం చేసుకోగలరు మరియు పాల్గొనగలరు. వారు తమ ఓటు హక్కును ఉపయోగించుకోగలరు మరియు తమ సమాజాలను మెరుగుపరచడానికి పాల్గొనగలరు.

నేటి ప్రపంచంలో అక్షరజ్ఞానం యొక్క ప్రాముఖ్యతను గుర్తించడం ముఖ్యం. అక్షరాస్యత అనేది ఒక వ్యక్తి యొక్క జీవితంలో మరియు ప్రపంచంలో మార్పును తీసుకురావడానికి అవసరమైన సాధనం.

అక్షరజ్ఞానం మెరుగుపరచడానికి కొన్ని మార్గాలు

- ప్రాథమిక పాఠశాల విద్యను ప్రోత్సహించండి.
- అక్షరాస్యత కార్యక్రమాలకు మద్దతు ఇవ్వండి.

అక్షరజ్ఞాన సవాళ్లు మరియు అసమానతలు

అక్షరజ్ఞానం అనేది ఒక వ్యక్తి చదవడం, రాయడం మరియు అర్థం చేసుకోవడం సామర్థ్యం. ఇది ఒక ముఖ్యమైన నైపుణ్యం, ఎందుకంటే ఇది మనం మన చుట్టూ ఉన్న ప్రపంచాన్ని అర్థం చేసుకోవడానికి మరియు సంభాషించడానికి అనుమతిస్తుంది.

అయితే, ప్రపంచవ్యాప్తంగా అనేక మంది ప్రజలు అక్షరజ్ఞానం లేదా తక్కువ అక్షరజ్ఞానంతో ఉంటారు. ఈ సమస్యను అక్షరజ్ఞాన సవాలు అని పిలుస్తారు.

అక్షరజ్ఞాన సవాళ్లు అనేక కారణాల వల్ల సంభవించవచ్చు. ఈ కారణాలలో కొన్ని:

- పేదరికం: పేద కుటుంబాలకు తమ పిల్లలకు విద్యను అందించడానికి ఆర్థిక సౌకర్యం ఉండకపోవచ్చు.
- విద్యకు ప్రాప్యత లేకపోవడం: కొన్ని ప్రాంతాల్లో, పిల్లలకు నాణ్యమైన విద్యకు ప్రాప్యత లేకపోవచ్చు.
- సాంస్కృతిక అడ్డంకులు: కొన్ని సాంస్కృతిక సంప్రదాయాలు మహిళలు లేదా అల్పసంఖ్యాక వర్గాలకు విద్యను పొందడానికి అడ్డంకులుగా ఉంటాయి.

అక్షరజ్ఞాన సవాళ్లు అనేక సామాజిక అసమానతలకు దారితీస్తాయి. అక్షరాస్యులు లేదా తక్కువ అక్షరాస్యులు ఉన్న వ్యక్తులు తరచుగా పేదరికం, నిరుద్యోగం మరియు ఆరోగ్య సమస్యలతో బాధపడతారు.

నాణ్యమైన అక్షరజ్ఞాన విద్యకు ప్రాప్యతలో ఉన్న అసమానతలు

అక్షరజ్ఞాన సవాళ్లు అనేక కారణాల వల్ల సంభవిస్తాయి, కానీ నాణ్యమైన అక్షరజ్ఞాన విద్యకు ప్రాప్యతలో ఉన్న అసమానతలు ఒక ప్రధాన కారణం.

నాణ్యమైన అక్షరజ్ఞాన విద్య అనేది విద్యార్థులకు చదవడం, రాయడం మరియు అర్థం చేసుకోవడం నేర్పే విద్య. ఇది విద్యార్థులకు తమ చుట్టూ ఉన్న ప్రపంచాన్ని అర్థం చేసుకోవడానికి మరియు విజయవంతమైన వ్యక్తులుగా మారడానికి అవసరమైన నైపుణ్యాలను అందిస్తుంది.

అయితే, ప్రపంచవ్యాప్తంగా అనేక మంది విద్యార్థులు నాణ్యమైన అక్షరజ్ఞాన విద్యకు ప్రాప్యతను కలిగి లేరు. ఈ విద్యార్థులు తరచుగా పేద కుటుంబాల నుండి వస్తారు, వారు దూరంగా ఉన్న లేదా నిరుపయోగకరమైన పాఠశాలలకు హాజరవుతారు. వీరికి సరైన భాషా నమూనాలు లేదా శిక్షణ పొందిన ఉపాధ్యాయులు లేరు.

వంతెన ఉపమానం: అక్షరజ్ఞానం కనెక్షన్, అవగాహన మరియు అడ్డంకులను అధిగమించడానికి ఒక సాధనంగా

అక్షరజ్ఞానం అనేది ఒక వ్యక్తి చదవడం, రాయడం మరియు అర్థం చేసుకోవడం సామర్థ్యం. ఇది ఒక ముఖ్యమైన నైపుణ్యం, ఎందుకంటే ఇది మనం మన చుట్టూ ఉన్న ప్రపంచాన్ని అర్థం చేసుకోవడానికి మరియు సంభాషించడానికి అనుమతిస్తుంది.

వంతెన అనేది రెండు విభిన్న ప్రదేశాలను కలిపే నిర్మాణం. ఇది ప్రజలు, సమాచారం మరియు ఆలోచనల మధ్య కనెక్షన్‌ను సృష్టిస్తుంది.

అక్షరజ్ఞానం వంతెన యొక్క ఉపమానం. ఇది వ్యక్తులను కనెక్ట్ చేస్తుంది, అవగాహనను పెంచుతుంది మరియు అడ్డంకులను అధిగమించడంలో సహాయపడుతుంది.

వ్యక్తులను కనెక్ట్ చేయడం

అక్షరాస్యులు మరింత సమాచారాన్ని అందుకోవచ్చు మరియు ఇతరులతో పంచుకోవచ్చు. వారు ఇతరుల భాషను అర్థం చేసుకోగలరు మరియు వారితో సంభాషించగలరు.

అక్షరజ్ఞానం వ్యక్తుల మధ్య అవగాహన మరియు ఐక్యతను పెంచుతుంది. ఇది వ్యక్తులు విభిన్న సంస్కృతులు మరియు నమ్మకాల గురించి తెలుసుకోవడానికి మరియు అంగీకరించడానికి సహాయపడుతుంది.

అవగాహనను పెంచడం

అక్షరాస్యులు చుట్టూ ఉన్న ప్రపంచాన్ని మరింత లోతుగా అర్థం చేసుకోగలరు. వారు పుస్తకాలు, వార్తాపత్రికలు, వెబ్‌సైట్లు మరియు ఇతర వనరుల నుండి సమాచారాన్ని పొందవచ్చు.

అక్షరజ్ఞానం విద్య, ఉపాధి, ఆరోగ్యం మరియు సమాజం గురించి మరింత తెలుసుకోవడంలో సహాయపడుతుంది. ఇది వ్యక్తులకు వారి జీవితాలను మెరుగుపరచడానికి మరియు వారి సామర్ధ్యాన్ని పూర్తిగా చేరుకోవడానికి సహాయపడుతుంది.

అడ్డంకులను అధిగమించడం

అక్షరాస్యులు అడ్డంకులను అధిగమించడానికి మరింత అవకాశాలను కలిగి ఉంటారు. వారు మంచి ఉద్యోగాలు పొందవచ్చు, వారి ఆరోగ్యాన్ని మెరుగుపరచుకోవచ్చు మరియు వారి సమాజాలను మెరుగుపరచడానికి పాల్గొనవచ్చు.

అక్షరజ్ఞానం వ్యక్తులకు వారి జీవితాలను మార్చడానికి మరియు మంచి మరియు న్యాయమైన ప్రపంచాన్ని సృష్టించడానికి సహాయపడుతుంది.

ఉపసంహారం

అక్షరజ్ఞానం ఒక శక్తివంతమైన సాధనం.

Chapter 2: Building the Bridge - Program Design and Principles

అధ్యాయం 2: వంతెన నిర్మాణం - కార్యక్రమ రూపకల్పన మరియు సూత్రాలు

కార్యక్రమ తత్వశాస్త్రం: సమ్మిళితత్వం, నేర్చేవారి-కేంద్రీకృత, సాంస్కృతిక సున్నితత్వం మరియు జీవితకాల అభ్యాసం

కార్యక్రమ తత్వశాస్త్రం అనేది ఒక నిర్దిష్ట విద్యా కార్యక్రమం యొక్క లక్ష్యాలు, విలువలు మరియు విధానాల సమితి. ఇది కార్యక్రమం ఎందుకు ఉంది మరియు అది ఎలా పని చేస్తుందో వివరిస్తుంది.

నాలుగు ప్రధాన కార్యక్రమ తత్వశాస్త్రాలు ఉన్నాయి: సమ్మిళితత్వం, నేర్చేవారి-కేంద్రీకృత, సాంస్కృతిక సున్నితత్వం మరియు జీవితకాల అభ్యాసం.

సమ్మిళితత్వం

సమ్మిళితత్వం అనేది విద్యలో వివిధ అంశాలను సమన్వయం చేయడం. ఇది విద్యార్థులకు ప్రపంచాన్ని మరింత సమగ్రంగా అర్థం చేసుకోవడంలో సహాయపడుతుంది.

సమ్మిళిత కార్యక్రమాలు తరచుగా వివిధ విషయాలను ఒకే సమయంలో బోధిస్తాయి. ఉదాహరణకు, ఒక సమ్మిళిత భౌగోళిక పాఠం విద్యార్థులకు ప్రపంచం యొక్క భౌగోళికం, చరిత్ర మరియు సంస్కృతి గురించి నేర్పవచ్చు.

నేర్పేవారి-కేంద్రీకృత

నేర్పేవారి-కేంద్రీకృత కార్యక్రమాలు విద్యార్థుల అభివృద్ధిపై దృష్టి పెడతాయి. ఈ కార్యక్రమాలు విద్యార్థులను స్వీయ-నిర్ణయం తీసుకోవడానికి మరియు స్వీయ-నమ్మకం పెంచుకోవడానికి ప్రోత్సహిస్తాయి.

నేర్పేవారి-కేంద్రీకృత కార్యక్రమాలు తరచుగా విద్యార్థులకు ఎంచుకోవడానికి వివిధ అవకాశాలను అందిస్తాయి. ఉదాహరణకు, విద్యార్థులు తమ స్వంత ప్రాజెక్ట్‌లను ఎంచుకోవచ్చు లేదా తమ స్వంత ప్రశ్నలను అర్థం చేసుకోవడానికి పరిశోధన చేయవచ్చు.

సాంస్కృతిక సున్నితత్వం

సాంస్కృతిక సున్నితత్వం అనేది వివిధ సంస్కృతులకు గౌరవాన్ని చూపే విధానం. ఇది విద్యార్థులకు విభిన్న సంస్కృతుల గురించి తెలుసుకోవడంలో మరియు అర్థం చేసుకోవడంలో సహాయపడుతుంది.

సాంస్కృతిక సున్నితత్వం గల కార్యక్రమాలు విద్యార్థులకు విభిన్న సంస్కృతుల నుండి వచ్చిన వ్యక్తులతో సంభాషించడానికి మరియు పని చేయడానికి అవకాశాలను అందిస్తాయి.

జీవితకాల అభ్యాసం

జీవితకాల అభ్యాసం అనేది ఒక వ్యక్తి తమ జీవితకాలంలోనే నేర్చుకుంటూ ఉండే విధానం. ఇది పాఠశాల లేదా

విశ్వవిద్యాలయం నుండి పట్టభద్రుడైన తర్వాత కూడా నేర్చుకునే అవకాశాన్ని అందిస్తుంది.

జీవితకాల అభ్యాసం యొక్క ప్రాముఖ్యత నేడు మరింత పెరిగింది. ప్రపంచం వేగంగా మారుతున్నందున, వ్యక్తులు తమ జీవితాలను మరింత సమర్థవంతంగా నిర్వహించడానికి కొత్త నైపుణ్యాలను నేర్చుకోవాలి.

జీవితకాల అభ్యాసం అనేక విధాలుగా సాధించవచ్చు. కొందరు వ్యక్తులు పాఠశాలలు, కళాశాలలు లేదా విశ్వవిద్యాలయాలలో కోర్సులు తీసుకుంటారు. ఇతరులు ఆన్‌లైన్ కోర్సులు లేదా స్వయం-అధ్యయనం ద్వారా నేర్చుకుంటారు.

జీవితకాల అభ్యాసం యొక్క కొన్ని ప్రయోజనాలు:

- ఉద్యోగ అవకాశాలను మెరుగుపరుస్తుంది: కొత్త నైపుణ్యాలను నేర్చుకోవడం వల్ల వ్యక్తులు మెరుగైన ఉద్యోగాలను పొందగలరు లేదా తమ ప్రస్తుత ఉద్యోగాలలో ఎదగగలరు.

- వ్యక్తిగత అభివృద్ధిని ప్రోత్సహిస్తుంది: జీవితకాల అభ్యాసం వ్యక్తులకు కొత్త విషయాలను నేర్చుకోవడానికి మరియు వారి స్వీయ-సామర్థ్యాన్ని మెరుగుపరచడానికి అవకాశాన్ని అందిస్తుంది.

- సమాజాన్ని మెరుగుపరుస్తుంది: జీవితకాల అభ్యాసం వ్యక్తులకు మరింత సమాచారాన్ని అందించడం ద్వారా సమాజాన్ని మెరుగుపరుస్తుంది.

జీవితకాల అభ్యాసం కోసం కొన్ని ఆలోచనలు:

- మీరు ఆసక్తి ఉన్న విషయాల గురించి తెలుసుకోండి. మీరు ఆసక్తి ఉన్న విషయాల గురించి తెలుసుకోవడం ద్వారా మీరు మీ జీవితాన్ని మరింత ఆనందించగలరు.
- మీ కెరీర్‌లో ఎదుగుదల సాధించండి. మీ కెరీర్‌లో ఎదగుటకు మీకు సహాయపడే నైపుణ్యాలను నేర్చుకోండి.
- మీ సమాజానికి తిరిగి ఇవ్వండి. మీరు ఆసక్తి ఉన్న కారణాలకు మద్దతు ఇవ్వడానికి మీ నైపుణ్యాలను ఉపయోగించండి.

జీవితకాల అభ్యాసం అనేది మీ జీవితాన్ని మెరుగుపరచడానికి మరియు మీకు మరింత సంతృప్తికరమైన జీవితాన్ని గడపడానికి సహాయపడే ఒక శక్తివంతమైన సాధనం.

కార్యక్రమ స్తంభాలు: వ్యక్తిగతీకరించిన నేర్పు పథకాలు, వైవిధ్యమైన నేర్పు పద్ధతులు, సాంకేతిక పరిజ్ఞాన సమైకృతం మరియు కమ్యూనిటీ భాగస్వామ్యాలు వంటి ప్రధాన భాగాలను గుర్తించడం

ఒక విజయవంతమైన విద్యా కార్యక్రమం అనేది విద్యార్థుల అవసరాలను తీర్చగలది మరియు వారి నేర్చుకోవడాన్ని ప్రోత్సహిస్తుంది. ఈ లక్ష్యాలను సాధించడానికి, కార్యక్రమాలు కొన్ని ముఖ్యమైన స్తంభాలపై దృష్టి పెట్టాలి. ఈ స్తంభాలు వ్యక్తిగతీకరించిన నేర్పు పథకాలు, వైవిధ్యమైన నేర్పు పద్ధతులు, సాంకేతిక పరిజ్ఞాన సమైకృతం మరియు కమ్యూనిటీ భాగస్వామ్యాలు.

వ్యక్తిగతీకరించిన నేర్పు పథకాలు

వ్యక్తిగతీకరించిన నేర్పు పథకాలు విద్యార్థులకు వారి స్వంత అవసరాలకు అనుగుణంగా నేర్చుకోవడానికి అనుమతిస్తాయి. ఈ పథకాలు విద్యార్థుల నైపుణ్యాలను, ఆసక్తులను మరియు లక్ష్యాలను పరిగణనలోకి తీసుకుంటాయి.

వ్యక్తిగతీకరించిన నేర్పు పథకాలను అమలు చేయడానికి అనేక మార్గాలు ఉన్నాయి. ఒక మార్గం అనేది విద్యార్థులకు వివిధ ఎంపికలను అందించడం. ఉదాహరణకు, విద్యార్థులు తమ స్వంత గమ్యాలను నిర్దేశించుకోవచ్చు, తమ స్వంత సమయ వ్యవస్థను నిర్వహించవచ్చు మరియు తమ స్వంత మద్దతు వనరులను ఎంచుకోవచ్చు.

వ్యక్తిగతీకరించిన నేర్పు పథకాలు విద్యార్థులకు విజయం సాధించడానికి మరింత అవకాశాలను అందిస్తాయి. అవి

విద్యార్థులకు వారి నైపుణ్యాలను మెరుగుపరచడానికి మరియు వారి లక్ష్యాలను సాధించడానికి సహాయపడతాయి.

వైవిధ్యమైన నేర్పు పద్ధతులు

వైవిధ్యమైన నేర్పు పద్ధతులు విద్యార్థులకు వారి నేర్చుకోవడానికి అనుగుణమైన మార్గాన్ని కనుగొనడానికి అనుమతిస్తాయి. ఈ పద్ధతులు విభిన్న అభ్యాస శైలులను పరిగణనలోకి తీసుకుంటాయి మరియు విద్యార్థులను సక్రియంగా మరియు ఆసక్తిగా ఉంచడానికి రూపొందించబడ్డాయి.

వైవిధ్యమైన నేర్పు పద్ధతులను అమలు చేయడానికి అనేక మార్గాలు ఉన్నాయి. ఒక మార్గం అనేది విభిన్న సామగ్రి మరియు కార్యకలాపాలను అందించడం. ఉదాహరణకు, విద్యార్థులు పుస్తకాలు, వీడియోలు, ఆన్‌లైన్ కోర్సులు లేదా ప్రాజెక్ట్‌ల ద్వారా నేర్చుకోవచ్చు.

సాంకేతిక పరిజ్ఞాన సమైకృతం

సాంకేతిక పరిజ్ఞాన సమైకృతం అనేది విద్యలో సాంకేతిక పరిజ్ఞానాన్ని ఉపయోగించడం. ఇది విద్యార్థులకు నేర్చుకోవడానికి మరింత ఆసక్తికరమైన మరియు సమర్థవంతమైన మార్గాలను అందిస్తుంది.

సాంకేతిక పరిజ్ఞాన సమైకృతానికి అనేక ఉదాహరణలు ఉన్నాయి. ఉదాహరణకు, విద్యార్థులు కంప్యూటర్లు, టాబ్లెట్లు మరియు ఇతర సాంకేతిక పరికరాలను ఉపయోగించి:

- సమాచారాన్ని యాక్సెస్ చేయవచ్చు మరియు ప్రాసెస్ చేయవచ్చు.
- ఇతర విద్యార్థులు మరియు ఉపాధ్యాయులతో కమ్యూనికేట్ చేయవచ్చు.
- ప్రాజెక్ట్‌లు మరియు సృజనాత్మక పనులను సృష్టించవచ్చు.

సాంకేతిక పరిజ్ఞాన సమైకృతం విద్యార్థులకు వారి నైపుణ్యాలను మెరుగుపరచడానికి మరియు వారి లక్ష్యాలను సాధించడానికి సహాయపడుతుంది. ఇది విద్యను మరింత ఆసక్తికరమైన మరియు సమర్థవంతమైనదిగా చేస్తుంది.

కమ్యూనిటీ భాగస్వామ్యాలు

కమ్యూనిటీ భాగస్వామ్యాలు అనేవి పాఠశాలలు మరియు సమాజానికి మధ్య సంబంధాలను ఏర్పరచడం. ఈ భాగస్వామ్యాలు విద్యార్థులకు వారి నేర్చుకోవడాన్ని మరింత సంబంధితంగా మరియు అర్థవంతంగా చేయడంలో సహాయపడతాయి.

కమ్యూనిటీ భాగస్వామ్యాలకు అనేక ఉదాహరణలు ఉన్నాయి. ఉదాహరణకు, పాఠశాలలు మరియు వ్యాపారాలు కలిసి పనిచేయవచ్చు:

- విద్యార్థులకు ప్రాక్టికల్ అనుభవాన్ని అందించడానికి.
- విద్యార్థులకు కెరీర్ మార్గదర్శకత్వాన్ని అందించడానికి.
- సమాజానికి నైపుణ్యం కలిగిన నిరుద్యోగులను అందించడానికి.

కమ్యూనిటీ భాగస్వామ్యాలు విద్యార్థులకు వారి నైపుణ్యాలను మెరుగుపరచడానికి మరియు వారి లక్ష్యాలను సాధించడానికి సహాయపడతాయి. ఇవి విద్యను మరింత సంబంధితంగా మరియు అర్థవంతంగా చేస్తాయి.

ముగింపు

వ్యక్తిగతీకరించిన నేర్పు పథకాలు, వైవిధ్యమైన నేర్పు పద్ధతులు, సాంకేతిక పరిజ్ఞాన సమైకృతం మరియు కమ్యూనిటీ భాగస్వామ్యాలు అనేవి ఒక విజయవంతమైన విద్యా కార్యక్రమం యొక్క ప్రధాన స్తంభాలు. ఈ స్తంభాలు విద్యార్థుల అవసరాలను తీర్చడానికి మరియు వారి నేర్చుకోవడాన్ని ప్రోత్సహించడానికి సహాయపడతాయి.

కార్యక్రమ యొక్క బిల్డింగ్ బ్లాక్‌లు: చదవడం, రాయడం, కమ్యూనికేషన్ మరియు విమర్శనాత్మక ఆలోచన నైపుణ్యాలను పరిష్కరించే వివిధ మాడ్యూళ్లు లేదా కార్యకలాపాలను వివరించడం

చదవడం, రాయడం, కమ్యూనికేషన్ మరియు విమర్శనాత్మక ఆలోచన అనేవి ఏదైనా విజయవంతమైన విద్యా కార్యక్రమం యొక్క ముఖ్యమైన భాగాలు. ఈ నైపుణ్యాలను అభివృద్ధి చేయడం విద్యార్థులను మరింత చురుకుగా మరియు సమర్ధవంతంగా అయ్యేలా చేస్తుంది, మరియు ఇది వారికి మంచి విద్యార్థులు, ఉద్యోగులు మరియు సభ్యులుగా ఎదగడానికి సహాయపడుతుంది.

ఒక విద్యా కార్యక్రమం ఈ నైపుణ్యాలను పరిష్కరించడానికి అనేక విభిన్న మాడ్యూళ్లు లేదా కార్యకలాపాలను అందించవచ్చు. ఈ కార్యకలాపాలు వివిధ అభ్యాస శైలులను మరియు అవసరాలను తీర్చడానికి రూపొందించబడాలి.

చదవడం

చదవడం అనేది విద్య యొక్క పునాది. విద్యార్థులు చదవడం నేర్చుకోవడం ద్వారా, వారు సమాచారాన్ని పొందగలరు, భావాలను అర్థం చేసుకోగలరు మరియు ప్రపంచాన్ని అర్థం చేసుకోవడానికి మరింత సమర్ధవంతంగా ఉంటారు.

చదవడం నేర్చుకోవడంలో విద్యార్థులకు సహాయపడే అనేక విభిన్న కార్యకలాపాలు ఉన్నాయి. ఈ కార్యకలాపాలు సాధారణంగా విద్యార్థులను:

- కొత్త పదాలు మరియు భాషా నిర్మాణాలను నేర్చుకోవడానికి
- పాఠ్యంలోని ప్రధాన భాగాలను గుర్తించడానికి
- పాఠ్యంలోని ఆలోచనలను అర్థం చేసుకోవడానికి
- పాఠ్యాన్ని క్లుప్తంగా సారాంశించడానికి

చదవడం నేర్చుకోవడానికి కొన్ని ఉదాహరణ కార్యకలాపాలు:

- పదాల మరియు భాషా నిర్మాణాలను నేర్చుకోవడానికి, విద్యార్థులు వ్యక్తిగతీకరించిన ఫ్లాష్‌కార్డులు లేదా వ్యాయామాలను ఉపయోగించవచ్చు.
- పాఠ్యంలోని ప్రధాన భాగాలను గుర్తించడానికి, విద్యార్థులు పాఠ్యాన్ని స్వయం-అధ్యయనం చేయవచ్చు లేదా గుర్తించడం కోసం పాఠ్యాన్ని భాగాలుగా విభజించవచ్చు.
- పాఠ్యంలోని ఆలోచనలను అర్థం చేసుకోవడానికి, విద్యార్థులు పాఠ్యాన్ని చర్చించవచ్చు లేదా విభిన్న అభిప్రాయాలను మరియు దృక్కోణాలను పరిశీలించవచ్చు.

వైవిధ్యమైన అవసరాలను పరిష్కరించడం: వివిధ వయస్సు గ్రూపులు, నేర్పు స్థాయిలు మరియు సాంస్కృతిక నేపథ్యాలకు కార్యక్రమాన్ని అనుసరించడానికి పరిగణనలు

ఒక విజయవంతమైన విద్యా కార్యక్రమం అన్ని విద్యార్థుల అవసరాలను తీర్చాలి. ఇది వివిధ వయస్సు గ్రూపులు, నేర్పు స్థాయిలు మరియు సాంస్కృతిక నేపథ్యాలను కలిగి ఉన్న విద్యార్థులకు సరిపోయేలా రూపొందించబడాలి.

వివిధ వయస్సు గ్రూపుల అవసరాలు

వివిధ వయస్సు గ్రూపుల విద్యార్థులకు విభిన్న అవసరాలు ఉంటాయి. చిన్న పిల్లలు తరచుగా మరింత శారీరక మరియు ప్రాథమిక నైపుణ్యాలపై దృష్టి పెట్టాలి. పెద్ద పిల్లలు మరియు యువకులు తరచుగా మరింత సమగ్రమైన మరియు సమస్య పరిష్కార నైపుణ్యాలపై దృష్టి పెట్టాలి.

వివిధ నేర్పు స్థాయిల అవసరాలు

వివిధ నేర్పు స్థాయిల విద్యార్థులకు విభిన్న అవసరాలు ఉంటాయి. కొంతమంది విద్యార్థులు మరింత సహాయం మరియు మార్గదర్శకత్వం అవసరం, మరికొందరు మరింత స్వతంత్రంగా నేర్చుకోగలరు.

వివిధ సాంస్కృతిక నేపథ్యాల అవసరాలు

వివిధ సాంస్కృతిక నేపథ్యాల విద్యార్థులకు విభిన్న అవసరాలు ఉంటాయి. కొంతమంది విద్యార్థులు వారి సాంస్కృతిక విలువలు మరియు నమ్మకాలను ప్రతిబింబించే

విద్యను అవసరం. మరికొందరు విద్యార్థులు వారి సాంస్కృతిక వారసత్వం గురించి మరింత తెలుసుకోవాలనుకుంటున్నారు.

కార్యక్రమాన్ని అనుసరించడానికి పరిగణనలు

వివిధ వయస్సు గ్రూపులు, నేర్పు స్థాయిలు మరియు సాంస్కృతిక నేపథ్యాలకు కార్యక్రమాన్ని అనుసరించడానికి కొన్ని పరిగణనలు ఇక్కడ ఉన్నాయి:

- అభ్యాస శైలులను పరిగణనలోకి తీసుకోండి. విద్యార్థులు వివిధ అభ్యాస శైలులను కలిగి ఉంటారు, కాబట్టి వివిధ రకాల కార్యకలాపాలు మరియు మార్గదర్శకత్వం అందించడం ముఖ్యం.

- వ్యక్తిగతీకరించబడిన అవకాశాలను అందించండి. విద్యార్థులకు వారి అవసరాలకు అనుగుణంగా నేర్చుకోవడానికి అవకాశం ఉండేలా చూసుకోండి.

- సమాచారాన్ని మరియు పదార్థాలను సులభంగా అందుబాటులో ఉంచండి. విద్యార్థులు వారి అవసరాలకు అనుగుణంగా సమాచారాన్ని మరియు పదార్థాలను కనుగొనగలలా చూసుకోండి.

Chapter 3: Crossing the Bridge - Program Implementation and Delivery

అధ్యాయం 3: వంతెన దాటడం - కార్యక్రమ అమలు మరియు పంపిణీ

సులభీకృతం చేయడం మరియు శిక్షణ ఇవ్వడం: నేర్పేవారిని నేర్పించడానికి ఉత్సాహపూరిత మరియు అర్హత కలిగిన వ్యక్తులను కనుగొనడం

ఒక విజయవంతమైన విద్యా కార్యక్రమం కోసం, మంచి ఉపాధ్యాయులు అవసరం. ఉపాధ్యాయులు విద్యార్థులకు నేర్పడానికి మరియు వారి నేర్చుకోవడాన్ని ప్రోత్సహించడానికి అర్హత కలిగి ఉండాలి.

ఉత్సాహం

ఉత్సాహం అనేది ఒక గొప్ప ఉపాధ్యాయుడి యొక్క అతిపెద్ద ఆస్తి. ఉత్సాహభరితమైన ఉపాధ్యాయులు తమ విషయంపై ఆసక్తిని కలిగి ఉంటారు మరియు విద్యార్థులకు ఆసక్తిని కలిగించగలరు.

అర్హత

అర్హత అనేది మరొక ముఖ్యమైన లక్షణం. ఉపాధ్యాయులు విద్యార్థులకు సమర్థవంతంగా నేర్పడానికి అవసరమైన జ్ఞానం మరియు నైపుణ్యాలను కలిగి ఉండాలి.

సులభీకృతం చేయడం

ఉత్సాహపూరిత మరియు అర్హత కలిగిన ఉపాధ్యాయులను కనుగొనడం ఒక సవాలుగా ఉంటుంది. ఈ సవాలును ఎదుర్కోవడానికి, పాఠశాలలు మరియు ఇతర విద్యా సంస్థలు క్రింది చర్యలు తీసుకోవచ్చు:

- ఉపాధ్యాయ శిక్షణలో పెట్టుబడి పెట్టండి. ఉత్సాహభరితమైన మరియు అర్హత కలిగిన ఉపాధ్యాయులను రూపొందించడానికి, పాఠశాలలు మరియు ఇతర విద్యా సంస్థలు ఉపాధ్యాయ శిక్షణలో పెట్టుబడి పెట్టాలి. ఈ శిక్షణ విద్యార్థులకు నేర్పడానికి అవసరమైన జ్ఞానం మరియు నైపుణ్యాలను అందించాలి.

- ఉపాధ్యాయులకు మద్దతు అందించండి. ఉపాధ్యాయులు తమ వృత్తిలో విజయం సాధించడానికి, వారికి మద్దతు అవసరం. ఈ మద్దతులో నిరంతర విద్య, సహాయక సమూహాలు మరియు పనిలో సహాయం ఉన్నాయి.

- ఉపాధ్యాయులకు గుర్తింపు ఇవ్వండి. ఉపాధ్యాయులు తమ కృషికి గుర్తింపు పొందినప్పుడు, వారు మరింత ఉత్సాహంగా మరియు మరింత సమర్థవంతంగా ఉంటారు. పాఠశాలలు మరియు ఇతర విద్యా సంస్థలు ఉపాధ్యాయుల యొక్క పనిని గుర్తించడానికి మరియు ప్రశంసించడానికి మార్గాలను కనుగొనాలి.

ముగింపు

ఉత్సాహపూరితమైన మరియు అర్హత కలిగిన ఉపాధ్యాయులు ఒక విజయవంతమైన విద్యా కార్యక్రమానికి ముఖ్యం. పాఠశాలలు మరియు ఇతర విద్యా సంస్థలు ఈ రకమైన

ఉపాధ్యాయులను కనుగొనడానికి మరియు రూపొందించడానికి కృషి చేయాలి.

ఆకర్షణీయమైన నేర్పు వాతావరణాలను సృష్టించడం: నేర్పు కోసం సురక్షితమైన, సహాయక మరియు ఇంటరాక్టివ్ స్థలాలను పెంపొందించడం

నేర్చుకోవడం అనేది ఒక సహజమైన ప్రక్రియ, అయితే ఇది అనుకూలమైన వాతావరణంలో జరిగినప్పుడు ఉత్తమంగా జరుగుతుంది. ఆకర్షణీయమైన నేర్పు వాతావరణాలు విద్యార్థులను నేర్చుకోవడానికి ప్రోత్సహిస్తాయి మరియు వారి శిక్షణ నుండి గరిష్ట ప్రయోజనం పొందడంలో వారికి సహాయపడతాయి.

సురక్షితమైన వాతావరణం

ఆకర్షణీయమైన నేర్పు వాతావరణం మొదట సురక్షితంగా ఉండాలి. విద్యార్థులు తమ ఆలోచనలను మరియు అభిప్రాయాలను వ్యక్తపరచడానికి సురక్షితంగా భావించాలి, వారు తప్పులు చేయడానికి భయపడకూడదు.

సహాయక వాతావరణం

ఆకర్షణీయమైన నేర్పు వాతావరణం కూడా సహాయకంగా ఉండాలి. విద్యార్థులు తమకు సహాయం అవసరమైనప్పుడు దాన్ని పొందగలరని వారు భావించాలి.

ఇంటరాక్టివ్ వాతావరణం

ఆకర్షణీయమైన నేర్పు వాతావరణం ఇంటరాక్టివ్‌గా ఉండాలి. విద్యార్థులు తమ చుట్టూ ఉన్న ప్రపంచంతో మరియు ఇతర విద్యార్థులతో సంకర్షణ చెందే అవకాశం ఉండాలి.

ఆకర్షణీయమైన నేర్పు వాతావరణాలను సృష్టించడానికి కొన్ని చిట్కాలు

- విద్యార్థుల అవసరాలను పరిగణనలోకి తీసుకోండి. విద్యార్థులందరూ ఒకేలా నేర్చుకోరు. కొంతమంది విద్యార్థులు ప్రశాంతమైన వాతావరణంలో నేర్చుకోవడానికి ఇష్టపడతారు, మరికొందరు మరింత ఉత్తేజకరమైన వాతావరణంలో నేర్చుకోవడానికి ఇష్టపడతారు.

- వివిధ రకాల కార్యకలాపాలు మరియు భాషలను ఉపయోగించండి. వివిధ అభ్యాస శైలులను కలిగి ఉన్న విద్యార్థులకు ప్రతి ఒక్కరికీ సరిపోయేలా చేయడానికి వివిధ రకాల కార్యకలాపాలు మరియు భాషలను ఉపయోగించండి.

- విద్యార్థులకు శక్తిని ఇవ్వండి. విద్యార్థులకు వారు నేర్చుకోవడంలో భాగస్వాములుగా ఉండే అవకాశం ఇవ్వండి. వారికి తమ స్వంత నేర్చుకునే ప్రయాణాన్ని నిర్వహించడానికి అవకాశం ఇవ్వండి.

ముగింపు

ఆకర్షణీయమైన నేర్పు వాతావరణాలు విద్యార్థులకు నేర్చుకోవడానికి మరియు వారి శిక్షణ నుండి గరిష్ట ప్రయోజనం పొందడంలో సహాయపడతాయి.

వైవిధ్యమైన నేర్పు వనరులను ఉపయోగించడం: పుస్తకాలు, సాంకేతికత, ఆటలు మరియు కమ్యూనిటీ వనరులను కార్యక్రమంలో చేర్చడం

నేర్చుకోవడం అనేది ఒక జీవితకాల ప్రక్రియ, మరియు విద్యార్థులు వివిధ మార్గాల్లో నేర్చుకుంటారు. అందువల్ల, విద్యా కార్యక్రమాలు వివిధ రకాల నేర్పు వనరులను అందించడం ముఖ్యం.

పుస్తకాలు

పుస్తకాలు నేర్చుకోవడానికి ఒక శక్తివంతమైన మార్గం. అవి విద్యార్థులకు కొత్త సమాచారాన్ని నేర్పగలవు, వారి ఆలోచనలను విస్తరించగలవు మరియు వారి కల్పనాశక్తిని ప్రేరేపించగలవు.

సాంకేతికత

సాంకేతికత నేర్చుకోవడానికి మరొక గొప్ప మార్గం. ఇది విద్యార్థులకు డిజిటల్ ప్రపంచాన్ని అర్థం చేసుకోవడంలో సహాయపడుతుంది మరియు వారు తమ స్వంత నేర్చుకోవడాన్ని వ్యక్తిగతీకరించడానికి అనుమతిస్తుంది.

ఆటలు

ఆటలు నేర్చుకోవడానికి వినోదభరితమైన మార్గం. అవి విద్యార్థులకు కొత్త సామర్ధ్యాలను నేర్పగలవు, వారి సమస్య పరిష్కార నైపుణ్యాలను మెరుగుపరచగలవు మరియు వారి సృజనాత్మకతను ప్రేరేపించగలవు.

కమ్యూనిటీ వనరులు

కమ్యూనిటీ వనరులు నేర్చుకోవడానికి మరొక విలువైన మూలం. అవి విద్యార్థులకు వారి చుట్టూ ఉన్న ప్రపంచం గురించి తెలుసుకోవడంలో సహాయపడతాయి మరియు వారి సమాజంలో పాల్గొనడానికి అనుమతిస్తాయి.

కార్యక్రమంలో వైవిధ్యమైన నేర్పు వనరులను చేర్చడానికి కొన్ని చిట్కాలు

- విద్యార్థుల అవసరాలను పరిగణనలోకి తీసుకోండి. విద్యార్థులందరూ ఒకేలా నేర్చుకోరు. కొంతమంది విద్యార్థులు టెక్స్ట్-ఆధారిత కార్యకలాపాలను ఇష్టపడతారు, మరికొందరు మరింత మోటారు-ఆధారిత కార్యకలాపాలను ఇష్టపడతారు.

- వివిధ అభ్యాస శైలులను ప్రోత్సహించండి. విద్యార్థులు వివిధ అభ్యాస శైలులను కలిగి ఉంటారు. కొంతమంది విద్యార్థులు వినడానికి ఇష్టపడతారు, మరికొందరు చూడడానికి ఇష్టపడతారు, మరికొందరు చేయడానికి ఇష్టపడతారు.

- విద్యార్థులకు ఎంచుకోవడానికి అవకాశం ఇవ్వండి. విద్యార్థులకు తమకు నచ్చిన వనరులను ఎంచుకోవడానికి అవకాశం ఇవ్వడం ద్వారా, మీరు వారి నేర్చుకోవడాన్ని మరింత ఆసక్తికరంగా మరియు సమర్థవంతంగా చేయవచ్చు.

అంచనా మరియు విలువైక్యత: పురోగతిని ట్రాక్ చేయడం, ప్రభావాన్ని కొలవడం మరియు కార్యక్రమాన్ని నిరంతరం మెరుగుపరచడం.

అంచనా మరియు విలువైక్యత అనేవి ఏదైనా విద్యా కార్యక్రమంలో ముఖ్యమైన అంశాలు. అవి పురోగతిని ట్రాక్ చేయడానికి, ప్రభావాన్ని కొలవడానికి మరియు కార్యక్రమాన్ని నిరంతరం మెరుగుపరచడానికి సహాయపడతాయి.

అంచనా అనేది విద్యార్థుల నేర్చుకోవడాన్ని పర్యవేక్షించడానికి మరియు విశ్లేషించడానికి ఉపయోగించే ప్రక్రియ. ఇది విద్యార్థులు ఏమి నేర్చుకుంటున్నారో, వారు ఎలా నేర్చుకుంటున్నారో మరియు వారు ఎంతవరకు అభివృద్ధి చెందుతున్నారో తెలుసుకోవడానికి ఉపయోగించవచ్చు.

విలువైక్యత అనేది విద్యా కార్యక్రమం లేదా ప్రోగ్రామ్ యొక్క ప్రభావాన్ని కొలవడానికి ఉపయోగించే ప్రక్రియ. ఇది కార్యక్రమం విద్యార్థుల జీవితాలపై ఏమి ప్రభావాన్ని చూపుతుందో తెలుసుకోవడానికి ఉపయోగించవచ్చు.

అంచనా మరియు విలువైక్యత యొక్క ప్రయోజనాలు

అంచనా మరియు విలువైక్యత యొక్క అనేక ప్రయోజనాలు ఉన్నాయి. వారు:

- విద్యార్థుల నేర్చుకోవడాన్ని మెరుగుపరచడంలో సహాయపడవచ్చు.
- కార్యక్రమాలను మరింత సమర్థవంతంగా చేయడంలో సహాయపడవచ్చు.

- విద్యార్థుల అవసరాలను మరింత బాగా అర్థం చేసుకోవడంలో సహాయపడవచ్చు.
- కార్యక్రమాలకు మద్దతు పొందడంలో సహాయపడవచ్చు.

అంచనా మరియు విలువైక్యత యొక్క రకాలు

అంచనా మరియు విలువైక్యత యొక్క అనేక రకాలు ఉన్నాయి. కొన్ని సాధారణ రకాలు:

- ప్రారంభ అంచనా: ఇది కార్యక్రమం ప్రారంభించే ముందు విద్యార్థుల నేర్చుకోవడాన్ని పర్యవేక్షించడానికి ఉపయోగించబడుతుంది.
- ప్రక్రియ అంచనా: ఇది కార్యక్రమం సాగుతున్నప్పుడు విద్యార్థుల నేర్చుకోవడాన్ని పర్యవేక్షించడానికి ఉపయోగించబడుతుంది.
- చివరి అంచనా: ఇది కార్యక్రమం ముగిసిన తర్వాత విద్యార్థుల నేర్చుకోవడాన్ని పర్యవేక్షించడానికి ఉపయోగించబడుతుంది.
- ప్రభావ అంచనా: ఇది కార్యక్రమం విద్యార్థుల జీవితాలపై ఏమి ప్రభావాన్ని చూపుతుందో కొలవడానికి ఉపయోగించబడుతుంది.

Chapter 4: Reaching Across the Gap - Partnerships and Collaboration

అధ్యాయం 4: అంతరాన్ని దాటడం - భాగస్వామ్యాలు మరియు సహకారం

పాఠశాలలు, గ్రంథాలయాలు, కమ్యూనిటీ సంస్థలు మరియు ప్రభుత్వ సంస్థలతో భాగస్వామ్యాలు నిర్మించడం

పాఠశాలలు, గ్రంథాలయాలు, కమ్యూనిటీ సంస్థలు మరియు ప్రభుత్వ సంస్థలతో భాగస్వామ్యాలు నిర్మించడం అనేది ఒక విద్యా కార్యక్రమాన్ని మరింత సమర్ధవంతంగా మరియు ప్రభావవంతంగా చేయడానికి ఒక మార్గం. ఈ భాగస్వామ్యాలు విద్యార్థులకు మరింత విస్తృతమైన మరియు సమగ్రమైన అనుభవాన్ని అందించడానికి, విద్యార్థుల అవసరాలను మెరుగ్గా అర్థం చేసుకోవడానికి మరియు విద్యా కార్యక్రమాలను మరింత సమర్ధవంతంగా మార్చడానికి సహాయపడతాయి.

పాఠశాలలు మరియు గ్రంథాలయాలతో భాగస్వామ్యాలు

పాఠశాలలు మరియు గ్రంథాలయాలు విద్యార్థుల శిక్షణలో ముఖ్యమైన పాత్ర పోషిస్తాయి. ఈ రెండు సంస్థలు కలిసి పనిచేయడం వలన విద్యార్థులకు మరింత సమగ్రమైన మరియు ప్రభావవంతమైన విద్యా అనుభవాన్ని అందించడానికి సహాయపడుతుంది.

పాఠశాలలు మరియు గ్రంథాలయాలతో భాగస్వామ్యాల కొన్ని ఉదాహరణలు:

- గ్రంథాలయాలు పాఠశాలలకు పఠనం, పరిశోధన మరియు సృజనాత్మకతను ప్రోత్సహించడానికి సహాయపడే సాంకేతికత మరియు వనరులను అందించవచ్చు.
- పాఠశాలలు గ్రంథాలయాలకు విద్యార్థులకు పాఠశాల పాఠ్యప్రణాళికకు అనుగుణంగా ఉండే సాహిత్యాన్ని అందించడంలో సహాయపడవచ్చు.
- పాఠశాలలు మరియు గ్రంథాలయాలు కలిసి పనిచేయడం ద్వారా విద్యార్థులకు సమాచారాన్ని కనుగొనడం మరియు విమర్శనాత్మకంగా ఆలోచించడం నేర్పించడంలో సహాయపడవచ్చు.

కమ్యూనిటీ సంస్థలతో భాగస్వామ్యాలు

కమ్యూనిటీ సంస్థలు విద్యార్థులకు అవసరమైన అనేక రకాల సహాయాన్ని అందించగలవు. ఈ సంస్థలు విద్యార్థులకు కౌన్సెలింగ్, ఆహారం, ఆరోగ్య సంరక్షణ మరియు ఇతర సహాయాన్ని అందించవచ్చు.

కమ్యూనిటీ సంస్థలతో భాగస్వామ్యాల కొన్ని ఉదాహరణలు:

- పాఠశాలలు కమ్యూనిటీ సంస్థలతో కలిసి పనిచేయడం ద్వారా విద్యార్థులకు అవసరమైన సహాయాన్ని అందించడంలో సహాయపడవచ్చు.
- కమ్యూనిటీ సంస్థలు పాఠశాలలకు విద్యార్థులకు సమాచారం మరియు వనరులను అందించడంలో సహాయపడవచ్చు.

స్వచ్ఛంద సేవకులు మరియు గురువులను నియమించడం: కమ్యూనిటీ భాగస్వామ్యం యొక్క శక్తిని ఉపయోగించుకోవడం

స్వచ్ఛంద సేవకులు మరియు గురువులను నియమించడం అనేది పాఠశాలలు మరియు కమ్యూనిటీల మధ్య బలమైన భాగస్వామ్యాన్ని నిర్మించడానికి ఒక గొప్ప మార్గం. ఇది విద్యార్థులకు అదనపు సహాయం మరియు మార్గదర్శకత్వాన్ని అందించడానికి మరియు పాఠశాలలకు వనరులను మరియు మద్దతును అందించడానికి సహాయపడుతుంది.

స్వచ్ఛంద సేవకుల యొక్క ప్రయోజనాలు

స్వచ్ఛంద సేవకులు విద్యార్థులకు అనేక రకాల సహాయాన్ని అందించగలరు. వారు:

- అదనపు శిక్షణను అందించండి. స్వచ్ఛంద సేవకులు విద్యార్థులకు కొత్త నైపుణ్యాలను నేర్పడంలో లేదా వారికి మరింత సవాలుగా ఉండే విషయాలపై సహాయం చేయడంలో సహాయపడవచ్చు.

- సహాయక చర్యలలో సహాయం చేయండి. స్వచ్ఛంద సేవకులు పాఠశాల కార్యకలాపాలు మరియు కార్యక్రమాలలో సహాయం చేయడానికి లేదా విద్యార్థులకు ఒంటరిగా ఉండటానికి సహాయం చేయడానికి సహాయపడవచ్చు.

- విద్యార్థులకు మద్దతు ఇవ్వండి. స్వచ్ఛంద సేవకులు విద్యార్థులకు సామాజిక మద్దతు మరియు మార్గదర్శకత్వాన్ని అందించడంలో సహాయపడవచ్చు.

గురువులను నియమించడం యొక్క ప్రయోజనాలు

గురువులను నియమించడం అనేది పాఠశాలలకు వనరులను మరియు మద్దతును పెంచడానికి ఒక మార్గం. గురువులు:

- పాఠశాల సిబ్బందిని విస్తరించండి. గురువులను నియమించడం వలన పాఠశాలలు మరింత విద్యార్థులకు శిక్షణ ఇవ్వడానికి మరియు మరింత విస్తృతమైన విషయాలను అందించడానికి అనుమతిస్తుంది.

- అల్ప సంఖ్యాక సమూహాలకు మద్దతు ఇవ్వండి. గురువులను నియమించడం వలన పాఠశాలలు అల్ప సంఖ్యాక సమూహాల విద్యార్థులకు మరింత ప్రత్యేకమైన శిక్షణను అందించడానికి అనుమతిస్తుంది.

కుటుంబాల భాగస్వామ్యాన్ని ప్రోత్సహించడం: తల్లిదండ్రులు మరియు సంరక్షకులను అక్షరజ్ఞాన భాగస్వామ్యులుగా మద్దతు ఇవ్వడం

కుటుంబాలు విద్యలో ముఖ్యమైన పాత్ర పోషిస్తాయి. తల్లిదండ్రులు మరియు సంరక్షకులు తమ పిల్లల శిక్షణను ప్రోత్సహించడానికి మరియు వారి విద్యా పురోగతిని మెరుగుపరచడానికి అనేక మార్గాల్లో భాగస్వామ్యం చేయవచ్చు.

కుటుంబాల భాగస్వామ్యాన్ని ప్రోత్సహించడానికి పాఠశాలలు చేయగలిగే కొన్ని విషయాలు ఇక్కడ ఉన్నాయి:

- తల్లిదండ్రులు మరియు సంరక్షకులకు సమాచారాన్ని అందించండి. తల్లిదండ్రులు మరియు సంరక్షకులు తమ పిల్లల విద్యా కార్యక్రమం గురించి తెలుసుకోవడం ముఖ్యం. పాఠశాలలు తల్లిదండ్రులకు పాఠ్యప్రణాళికలు, పరీక్షా ఫలితాలు మరియు ఇతర సమాచారాన్ని అందించడానికి మార్గాలను కనుగొనాలి.

- తల్లిదండ్రులకు మద్దతు ఇవ్వండి. తల్లిదండ్రులు మరియు సంరక్షకులు తమ పిల్లలకు అవసరమైన మద్దతును అందించడానికి ఎల్లప్పుడూ సమయం లేదా నైపుణ్యాలు ఉండకపోవచ్చు. పాఠశాలలు తల్లిదండ్రులకు శిక్షణ, సలహా మరియు ఇతర మద్దతును అందించడానికి మార్గాలను కనుగొనాలి.

- కుటుంబాలను పాఠశాలలో చేర్చండి. తల్లిదండ్రులు మరియు సంరక్షకులు పాఠశాల కార్యక్రమాలు మరియు కార్యకలాపాలలో పాల్గొనడం ద్వారా తమ పిల్లల విద్యలో మరింత పాత్ర పోషించవచ్చు. పాఠశాలలు

తల్లిదండ్రులకు పాఠశాల కార్యక్రమాలలో పాల్గొనడానికి అనేక మార్గాలను అందించాలి.

కుటుంబాల భాగస్వామ్యాన్ని ప్రోత్సహించడానికి తల్లిదండ్రులు మరియు సంరక్షకులు చేయగలిగే కొన్ని విషయాలు ఇక్కడ ఉన్నాయి:

- మీ పిల్లల పాఠశాల గురించి తెలుసుకోండి. మీ పిల్లల పాఠ్యప్రణాళిక, పరీక్షా ఫలితాలు మరియు ఇతర సమాచారాన్ని తెలుసుకోండి.

- మీ పిల్లల శిక్షణకు మద్దతు ఇవ్వండి. మీ పిల్లలకు చదవడం, రాయడం మరియు లెక్కలలో సహాయం చేయండి.

- మీ పిల్లలతో కలిసి నేర్చుకోండి. మీ పిల్లలతో పుస్తకాలు చదవండి, గణితం లెక్కించండి మరియు ఇతర కార్యకలాపాలను చేయండి.

- మీ పిల్లల పాఠశాలలో పాల్గొనండి. పాఠశాల కార్యక్రమాలు మరియు కార్యకలాపాలలో పాల్గొనండి.

అక్షరజ్ఞానం కోసం వాదించడం: అక్షరజ్ఞాన కార్యక్రమాలపై అవగాహన పెంచడం మరియు మద్దతు పొందడం

అక్షరజ్ఞానం అనేది ప్రతి ఒక్కరికీ అవసరమైన ఒక ప్రాథమిక సామర్థ్యం. అక్షరజ్ఞులుగా, మనం మన చుట్టూ ఉన్న ప్రపంచాన్ని అర్థం చేసుకోవచ్చు, సమాచారాన్ని యాక్సెస్ చేయగలము మరియు మన జీవితాలను మెరుగుపరచడానికి నిర్ణయాలు తీసుకోగలము.

అక్షరజ్ఞానం యొక్క ప్రాముఖ్యతను అర్థం చేసుకున్నప్పటికీ, అక్షరజ్ఞాన కార్యక్రమాలకు ఎల్లప్పుడూ మద్దతు లభించదు. కొన్నిసార్లు, ప్రజలు అక్షరజ్ఞాన కార్యక్రమాల యొక్క ప్రాముఖ్యతను అర్థం చేసుకోరు. ఇతర సార్లు, వారు ఈ కార్యక్రమాలకు నిధులు సేకరించడానికి అవసరమైన ఆర్థిక మద్దతును అందించడానికి ఇష్టపడరు.

అక్షరజ్ఞానం కోసం వాదించడం ద్వారా, మనం అక్షరజ్ఞాన కార్యక్రమాలపై అవగాహన పెంచవచ్చు మరియు వాటి కోసం మద్దతు పొందవచ్చు.

అక్షరజ్ఞానం కోసం వాదించడానికి మార్గాలు

- అక్షరజ్ఞాన యొక్క ప్రాముఖ్యత గురించి ప్రజలకు చెప్పండి. మీరు స్నేహితులు, కుటుంబ సభ్యులు, సహోద్యోగులు లేదా మీ కమ్యూనిటీలోని ఇతర వ్యక్తులతో మాట్లాడవచ్చు.
- అక్షరజ్ఞాన కార్యక్రమాల గురించి ప్రచారం చేయండి. మీరు మీ కమ్యూనిటీలోని కార్యక్రమాలకు సహాయం చేయవచ్చు లేదా అక్షరజ్ఞాన కార్యక్రమాల

గురించి సమాచారాన్ని వ్యాప్తి చేయడానికి సోషల్ మీడియాను ఉపయోగించవచ్చు.

- అక్షరజ్ఞాన కార్యక్రమాలకు నిధులు సేకరించడానికి సహాయం చేయండి. మీరు డోనేట్ చేయవచ్చు, వాలంటీర్ చేయవచ్చు లేదా మీ కమ్యూనిటీలోని ఇతర వ్యక్తులను నిధులు సేకరించడానికి ప్రోత్సహించవచ్చు.

అక్షరజ్ఞానం కోసం వాదించడం యొక్క ప్రాముఖ్యత

అక్షరజ్ఞానం కోసం వాదించడం ద్వారా, మనం ప్రతి ఒక్కరూ అక్షరజ్ఞులుగా మారే అవకాశాన్ని పెంచవచ్చు. అక్షరజ్ఞులుగా, మనం మన చుట్టూ ఉన్న ప్రపంచాన్ని మెరుగుపరచడానికి మరియు మన జీవితాలను మెరుగుపరచడానికి శక్తిని కలిగి ఉంటాము.

Chapter 5: Journeys on the Bridge - Learner Stories and Successes

అధ్యాయం 5: వంతెనపై ప్రయాణాలు - నేర్చేవారి కథలు మరియు విజయాలు

వివిధ నేపథ్యాల నుండి కార్యక్రమంలో పాల్గొన్న వ్యక్తుల స్ఫూర్తిదాయకమైన కథలను పంచుకోవడం

అక్షరజ్ఞానం కార్యక్రమాలు వివిధ నేపథ్యాల నుండి వచ్చే వ్యక్తులకు సహాయం చేస్తాయి. ఈ వ్యక్తులు తమ జీవితాలను మెరుగుపరచడానికి మరియు తమ కలలను సాధించడానికి అక్షరజ్ఞతను ఉపయోగించుకుంటారు.

ఒక స్ఫూర్తిదాయకమైన కథ

ఒక చిన్న గ్రామంలోని ఒక యువతి, శ్రీలత, తన పిల్లలకు మంచి విద్యను అందించాలని కలలు కంటుంది. కానీ ఆమె తనకు చదువు లేకపోవడం వల్ల ఆమె కలను నెరవేర్చుకోలేకపోతున్నది.

శ్రీలతకు ఒక అక్షరజ్ఞాన కార్యక్రమం గురించి తెలుసుకుంది. ఆమె ఆ కార్యక్రమంలో చేరింది మరియు చదవడం, రాయడం మరియు లెక్కలను నేర్చుకుంది.

శ్రీలత తన చదువును పూర్తి చేసింది మరియు ఉపాధ్యాయురాలిగా ఉద్యోగం పొందింది. ఆమె తన పిల్లలకు మంచి విద్యను అందించగలిగింది మరియు వారి కలలను సాధించడంలో వారికి సహాయం చేయగలిగింది.

ఇతర స్ఫూర్తిదాయకమైన కథలు

అక్షరజ్ఞాన కార్యక్రమాలు అనేక ఇతర స్ఫూర్తిదాయకమైన కథలకు మూలం. ఈ కొన్ని కథలు ఇక్కడ ఉన్నాయి:

- ఒక వ్యక్తి తన కుటుంబంతో కలిసి నివసించడానికి మరియు వారికి ఆహారం అందించడానికి మంచి ఉద్యోగాన్ని పొందడానికి అక్షరజ్ఞతను ఉపయోగించాడు.

- ఒక వ్యక్తి తన స్వంత వ్యాపారాన్ని ప్రారంభించడానికి మరియు తన స్వంత స్థితిని సృష్టించుకోవడానికి అక్షరజ్ఞతను ఉపయోగించాడు.

- ఒక వ్యక్తి తన సమాజంలో మార్పును తీసుకురావడానికి మరియు ఇతరులకు సహాయం చేయడానికి అక్షరజ్ఞతను ఉపయోగించాడు.

అక్షరజ్ఞత కార్యక్రమాల ప్రాముఖ్యత

అక్షరజ్ఞత కార్యక్రమాలు ప్రతి ఒక్కరూ వారి కలలను సాధించడానికి అవసరమైన సాధనాలను పొందడంలో సహాయపడతాయి. ఈ కార్యక్రమాలు వివిధ నేపథ్యాల నుండి వచ్చే వ్యక్తులకు ఒక అవకాశాన్ని అందిస్తాయి, వారు తమ జీవితాలను మెరుగుపరచడానికి మరియు తమ కమ్యూనిటీలకు మార్పును తీసుకురావడానికి ఉపయోగించవచ్చు.

వ్యక్తిగత జీవితాలపై అక్షరజ్ఞత యొక్క ప్రభావాన్ని హైలైట్ చేయడం: వ్యక్తిగత వృద్ధి, పెరిగిన ఆత్మవిశ్వాసం, మెరుగైన అవకాశాలు

అక్షరజ్ఞత అనేది ప్రతి ఒక్కరి జీవితంలో ఒక ముఖ్యమైన సామర్థ్యం. అక్షరజ్ఞులుగా, మనం మన చుట్టూ ఉన్న ప్రపంచాన్ని అర్థం చేసుకోవచ్చు, సమాచారాన్ని యాక్సెస్ చేయగలము మరియు మన జీవితాలను మెరుగుపరచడానికి నిర్ణయాలు తీసుకోగలము.

అక్షరజ్ఞత వ్యక్తిగత జీవితాలపై అనేక ప్రయోజనాలను కలిగి ఉంటుంది. ఇది వ్యక్తిగత వృద్ధి, పెరిగిన ఆత్మవిశ్వాసం మరియు మెరుగైన అవకాశాలకు దారితీస్తుంది.

వ్యక్తిగత వృద్ధి

అక్షరజ్ఞత వ్యక్తులకు విస్తృతమైన శ్రేణి అంశాలపై తెలుసుకోవడానికి మరియు అర్థం చేసుకోవడానికి అనుమతిస్తుంది. ఇది విద్య, ఉద్యోగం, ఆరోగ్యం మరియు సమాజంతో వారి అనుసంధానంపై ప్రభావం చూపుతుంది.

ఉదాహరణకు, అక్షరజ్ఞులు మంచి ఆరోగ్యం మరియు ఆరోగ్య సంరక్షణ గురించి సమాచారాన్ని యాక్సెస్ చేయగలరు, ఇది వారి ఆరోగ్యాన్ని మెరుగుపరచడంలో సహాయపడుతుంది. అక్షరజ్ఞులు కూడా తమ హక్కులు మరియు బాధ్యతల గురించి తెలుసుకోగలరు, ఇది వారి జీవితాలను నిర్ణయించేటప్పుడు మరింత సమాచార మరియు అవగాహనతో నిర్ణయాలు తీసుకోవడంలో సహాయపడుతుంది.

పెరిగిన ఆత్మవిశ్వాసం

అక్షరజ్ఞత వ్యక్తులకు వారి సామర్థ్యాలపై మరింత నమ్మకాన్ని కలిగిస్తుంది. ఇది వారిని తమ కలలను సాధించడానికి మరియు వారి జీవితాలను మెరుగుపరచడానికి మరింత ఆత్మవిశ్వాసంతో ఉండేలా చేస్తుంది.

ఉదాహరణకు, అక్షరజ్ఞులు మంచి ఉద్యోగం పొందడానికి మరియు వారి కెరీర్‌లో విజయం సాధించడానికి మరింత అవకాశం ఉంది. అక్షరజ్ఞులు తమ పిల్లలకు మంచి విద్యను అందించడానికి మరియు వారి కుటుంబాలను ఆర్థికంగా మద్దతు ఇవ్వడానికి కూడా మరింత అవకాశం ఉంది.

మెరుగైన అవకాశాలు

అక్షరజ్ఞత వ్యక్తులకు ఉద్యోగం, విద్య మరియు సమాజంలో పాల్గొనడానికి మెరుగైన అవకాశాలను అందిస్తుంది.

కమ్యూనిటీ అభివృద్ధి మరియు సామాజిక సమైక్యతకు కార్యక్రమం యొక్క đóng gópను ప్రదర్శించడం

కమ్యూనిటీ అభివృద్ధి మరియు సామాజిక సమైక్యత అనేవి ఒకదానికొకటి సంబంధం ఉన్న రెండు భావనలు. కమ్యూనిటీలు ఆరోగ్యంగా మరియు బలంగా ఉండాలంటే, అవి సామాజికంగా సమైక్యంగా ఉండాలి.

అక్షరజ్ఞత కార్యక్రమాలు కమ్యూనిటీ అభివృద్ధి మరియు సామాజిక సమైక్యతకు అనేక విధాలుగా đóng góp చేస్తాయి. ఈ కార్యక్రమాలు:

- వ్యక్తులను వారి కమ్యూనిటీలలో మరింత చురుకైన పాత్ర పోషించడానికి ప్రోత్సహిస్తాయి. అక్షరజ్ఞులు తమ కమ్యూనిటీలలో జరుగుతున్న పనుల గురించి మరింత తెలుసుకోగలరు మరియు వాటిలో పాల్గొనడానికి మరింత అవకాశం ఉంది. ఉదాహరణకు, అక్షరజ్ఞులు తమ స్థానిక ప్రభుత్వం యొక్క సమావేశాలకు హాజరు కావచ్చు, స్వచ్ఛందంగా పని చేయవచ్చు లేదా వారి కమ్యూనిటీలోని కార్యకలాపాలకు నాయకత్వం వహించవచ్చు.

- కమ్యూనిటీలలో సమాచార మరియు జ్ఞానాన్ని పంచుకోవడానికి సహాయపడతాయి. అక్షరజ్ఞులు కమ్యూనిటీలోని ఇతర వ్యక్తులతో సమాచారాన్ని మరియు జ్ఞానాన్ని పంచుకోవడానికి మరింత అవకాశం ఉంది. ఇది కమ్యూనిటీలోని విభిన్న వర్గాల మధ్య అవగాహనను మరియు సహకారాన్ని పెంచడంలో సహాయపడుతుంది. ఉదాహరణకు, అక్షరజ్ఞులు తమ

కుటుంబాలకు, స్నేహితులకు లేదా సహచరులకు వారి అనుభవాలు మరియు జ్ఞానాన్ని పంచుకోవచ్చు.

- సామాజిక సమస్యలను పరిష్కరించడానికి సహాయపడతాయి. అక్షరజ్ఞులు సామాజిక సమస్యల గురించి మరింత తెలుసుకోగలరు మరియు వాటిని పరిష్కరించడానికి చర్య తీసుకోవడానికి మరింత అవకాశం ఉంది. ఉదాహరణకు, అక్షరజ్ఞులు తమ కమ్యూనిటీలోని హింస లేదా పేదరికం వంటి సమస్యల గురించి తెలుసుకోవచ్చు మరియు వాటిని పరిష్కరించడానికి కార్యక్రమాలను ప్రారంభించడానికి సహాయం చేయవచ్చు.

నేర్పు ప్రయాణంలో మైలురాయిలు మరియు విజయాలను జరుపుకుంటున్నారు

నేర్చుకోవడం ఒక జీవితకాల ప్రయాణం. మనం ఎల్లప్పుడూ కొత్త విషయాలు నేర్చుకుంటూ ఉంటాము, మన జ్ఞానాన్ని మరియు నైపుణ్యాలను విస్తరిస్తూ ఉంటాము. ఈ ప్రయాణంలో మనం అనేక మైలురాయిలు మరియు విజయాలను సాధిస్తాము.

మైలురాయిలు

మైలురాయిలు అనేవి నేర్చుకోవడంలోని కీలకమైన ఘట్టాలు. అవి మనం ఒక స్థాయి నుండి మరొక స్థాయికి మారేటప్పుడు లేదా ఒక కొత్త నైపుణ్యాన్ని నేర్చుకున్నప్పుడు సంభవిస్తాయి. మైలురాయిలు మనం ఎంత దూరం వచ్చామో మరియు మనం ఎంత దూరం వెళ్లగలమో చూపిస్తాయి.

విజయాలు

విజయాలు అనేవి మనం నేర్చుకున్న కొత్త విషయాలను ఉపయోగించి సాధించే లక్ష్యాలు లేదా లక్ష్యాలు. విజయాలు మనం నేర్చుకున్న దానిని ఎలా అమలు చేయాలో మరియు మన నైపుణ్యాలను ఎలా ఉపయోగించాలో చూపిస్తాయి.

మైలురాయిలు మరియు విజయాలను జరుపుకునే ప్రాముఖ్యత

మైలురాయిలు మరియు విజయాలను జరుపుకునడం చాలా ముఖ్యం. ఇది మన నేర్చుకోవడాన్ని ప్రోత్సహిస్తుంది మరియు మనకు స్ఫూర్తిని ఇస్తుంది.

మైలురాయిలు మరియు విజయాలను జరుపుకునే కొన్ని మార్గాలు ఇక్కడ ఉన్నాయి:

- మీరు సాధించిన వాటిని మీరు మరియు ఇతరులకు చెప్పండి. మీరు మీ మైలురాయిలను లేదా విజయాలను ఒక డైరీలో లేదా బ్లాగులో రాయవచ్చు. మీరు మీ కుటుంబం, స్నేహితులు లేదా సహోద్యోగులతో మీ సాధనాలను పంచుకోవచ్చు.

- మీరు సాధించిన వాటి కోసం మీకు పురస్కారం ఇవ్వండి. మీరు మీకు ఇష్టమైన సినిమా లేదా షో చూడవచ్చు, మీకు ఇష్టమైన వంటకాన్ని తయారు చేయవచ్చు లేదా మీరు ఆనందించే ఏదైనా చేయవచ్చు.

- మీరు సాధించిన వాటి కోసం మీకు అభినందనలు చెప్పండి. మీరు మీ కష్టపడి పని చేసినందుకు మరియు మీ లక్ష్యాలను సాధించినందుకు మీకు ధన్యవాదాలు చెప్పండి.

మీ నేర్చుకోవడం ప్రయాణంలో మైలురాయిలు మరియు విజయాలను జరుపుకునడం ద్వారా, మీరు మీ నైపుణ్యాలను మరియు సామర్ధ్యాలను మరింత మెరుగుపరచడానికి మరియు మీ జీవితంలో మరింత సాధించడానికి ప్రేరేపించబడతారు.

Chapter 6: Strengthening the Bridge - Sustainability and Future Directions

అధ్యాయం 6: వంతెనను బలోపేతం చేయడం - స్థిరత్వం మరియు భవిష్యత్ దిశలు

దీర్ఘకాలిక కార్యక్రమ స్థిరత్వం కోసం వ్యూహాలు: నిధులు, వనరుల నిర్వహణ మరియు భాగస్వామ్యాలు

దీర్ఘకాలిక కార్యక్రమ స్థిరత్వం అనేది ఒక ప్రాముఖ్యమైన లక్ష్యం. ఇది కార్యక్రమం తన లక్ష్యాలను సాధించడానికి మరియు దాని ప్రభావాన్ని కొనసాగించడానికి తగినంత ఆర్థిక మరియు మానవ వనరులను కలిగి ఉంటే సాధించగలదు.

నిధులను సమకూర్చడం

నిధులను సమకూర్చడం అనేది దీర్ఘకాలిక కార్యక్రమ స్థిరత్వానికి ఒక ముఖ్యమైన అంశం. కార్యక్రమం తన లక్ష్యాలను సాధించడానికి తగినంత నిధులను కలిగి ఉంటే, అది దాని కార్యకలాపాలను కొనసాగించగలదు మరియు దాని ప్రభావాన్ని పెంచుకోగలదు.

నిధులను సమకూర్చడానికి అనేక మార్గాలు ఉన్నాయి. కొన్ని సాధారణ మార్గాలు ఇక్కడ ఉన్నాయి:

- సర్కారు లేదా ప్రభుత్వ సంస్థల నుండి నిధులు పొందండి.

- ప్రైవేట్ లేదా వ్యాపార సంస్థల నుండి నిధులు పొందండి.
- సామాజిక మరియు వ్యక్తిగత దాతల నుండి నిధులు పొందండి.

కార్యక్రమం తనకు సరైన నిధుల మూలాలను కనుగొనడం ముఖ్యం. కార్యక్రమం యొక్క లక్ష్యాలు, ప్రేక్షకులు మరియు కార్యక్రమం యొక్క స్థానం వంటి అంశాలను పరిగణనలోకి తీసుకోవడం ద్వారా ఈ మూలాలను కనుగొనవచ్చు.

వనరుల నిర్వహణ

నిధులను సమకూర్చడం కంటే, వనరులను సమర్ధవంతంగా నిర్వహించడం కూడా ముఖ్యం. కార్యక్రమం తనకు అందుబాటులో ఉన్న వనరులను గరిష్ఠంగా ఉపయోగించడం ద్వారా దాని లక్ష్యాలను సాధించడానికి మరియు దాని ప్రభావాన్ని పెంచుకోవడానికి దోహదపడుతుంది.

వనరుల నిర్వహణలో అనేక అంశాలు ఉన్నాయి. కొన్ని సాధారణ అంశాలు ఇక్కడ ఉన్నాయి:

- వనరులను ప్లాన్ చేయండి మరియు నిర్వహించండి.
- వనరులను సమర్ధవంతంగా ఉపయోగించండి.
- వనరులను స్థిరంగా ఉంచండి.

కార్యక్రమం తనకు అందుబాటులో ఉన్న వనరులను వివరించే ఒక వనరుల ప్రణాళికను రూపొందించడం ద్వారా వనరుల నిర్వహణ ప్రక్రియను ప్రారంభించవచ్చు. ఈ ప్రణాళిక వనరులను ఎలా ఉపయోగించాలి మరియు

వనరులను స్థిరంగా ఉంచడానికి ఏ చర్యలు తీసుకోవాలి అనే దానిపై దిశని ఇస్తుంది.

భాగస్వామ్యాలు

భాగస్వామ్యాలు అనేవి రెండు లేదా అంతకంటే ఎక్కువ వ్యక్తులు లేదా సంస్థలు సాధారణ లక్ష్యాన్ని సాధించడానికి కలిసి పనిచేసే సంబంధాలు. భాగస్వామ్యాలు దీర్ఘకాలిక కార్యక్రమ స్థిరత్వానికి ఒక ముఖ్యమైన అంశం.

భాగస్వామ్యాలు అనేక రకాలుగా ఉంటాయి. కొన్ని సాధారణ రకాలు ఇక్కడ ఉన్నాయి:

- సహకారం: రెండు లేదా అంతకంటే ఎక్కువ వ్యక్తులు లేదా సంస్థలు సాధారణ లక్ష్యాన్ని సాధించడానికి కలిసి పనిచేస్తాయి, కానీ ప్రత్యేక బాధ్యతలు మరియు బాధ్యతలను కలిగి ఉంటాయి.
- యునియన్: రెండు లేదా అంతకంటే ఎక్కువ వ్యక్తులు లేదా సంస్థలు కలిసి ఒక కొత్త సంస్థను ఏర్పరుస్తాయి.
- వెంచర్: రెండు లేదా అంతకంటే ఎక్కువ వ్యక్తులు లేదా సంస్థలు కలిసి ఒక కొత్త వ్యాపారాన్ని ప్రారంభిస్తాయి.

భాగస్వామ్యాలు దీర్ఘకాలిక కార్యక్రమ స్థిరత్వానికి అనేక ప్రయోజనాలను అందిస్తాయి. కొన్ని ప్రయోజనాలు ఇక్కడ ఉన్నాయి:

- వనరులను పెంచండి: భాగస్వామ్యాలు కార్యక్రమాలకు అవసరమైన వనరులను పెంచడంలో సహాయపడతాయి.

- ప్రభావాన్ని పెంచండి: భాగస్వామ్యాలు కార్యక్రమాల ప్రభావాన్ని పెంచడంలో సహాయపడతాయి.

- సామాజిక మరియు ఆర్థిక అభివృద్ధిని ప్రోత్సహించండి: భాగస్వామ్యాలు సామాజిక మరియు ఆర్థిక అభివృద్ధిని ప్రోత్సహించడంలో సహాయపడతాయి.

కార్యక్రమం భాగస్వామ్యాలను విజయవంతంగా నిర్వహించడానికి, కొన్ని అంశాలను పరిగణనలోకి తీసుకోవడం ముఖ్యం. కొన్ని ముఖ్యమైన అంశాలు ఇక్కడ ఉన్నాయి:

- క్లీయర్ లక్ష్యాలు మరియు లక్ష్యాలను ఏర్పాటు చేయండి.
- పరస్పర నమ్మకం మరియు అవగాహనను నిర్మించండి.
- సమస్యలను పరిష్కరించడానికి కలిసి పని చేయండి.

భాగస్వామ్యాలు దీర్ఘకాలిక కార్యక్రమ స్థిరత్వానికి ఒక ముఖ్యమైన అంశం. కార్యక్రమం తన లక్ష్యాలను సాధించడానికి మరియు దాని ప్రభావాన్ని పెంచుకోవడానికి భాగస్వామ్యాలను ఉపయోగించగలదు.

కార్యక్రమాన్ని అనుసరించడం మరియు పరిణామం చెందడం: మారుతుల అవసరాలకు స్పందించడం మరియు కొత్త పద్ధతులను చేర్చడం

కార్యక్రమాలు సమాజంలో మార్పులు తీసుకురావడానికి రూపొందించబడ్డాయి. అయితే, సమాజం ఎల్లప్పుడూ మారుతూ ఉంటుంది, కాబట్టి కార్యక్రమాలు కూడా మారడం ముఖ్యం. కార్యక్రమం తన లక్ష్యాలను సాధించడానికి మరియు ప్రభావాన్ని కొనసాగించడానికి, అది మారుతున్న అవసరాలకు స్పందించడానికి మరియు కొత్త పద్ధతులను చేర్చడానికి సిద్ధంగా ఉండాలి.

మారుతున్న అవసరాలకు స్పందించడం

కార్యక్రమం తన లక్ష్యాలను సాధించడానికి, అది దాని ప్రేక్షకుల అవసరాలను అర్థం చేసుకోవాలి. అవసరాలు మారుతున్నప్పుడు, కార్యక్రమం కూడా మారడానికి సిద్ధంగా ఉండాలి.

మారుతున్న అవసరాలకు స్పందించడానికి కార్యక్రమం చేయగలిగే కొన్ని విషయాలు ఇక్కడ ఉన్నాయి:

- ప్రేక్షకుల అవసరాలను పరిశోధించండి.
- ప్రేక్షకులతో చర్చించండి.
- ప్రస్తుత కార్యక్రమం యొక్క ప్రభావాన్ని అంచనా వేయండి.
- అవసరమైతే, కార్యక్రమంలో మార్పులు చేయండి.

కొత్త పద్ధతులను చేర్చడం

కార్యక్రమం తన లక్ష్యాలను సాధించడానికి మరింత ప్రభావవంతంగా ఉండాలనుకుంటే, అది కొత్త పద్ధతులను ప్రయత్నించడానికి సిద్ధంగా ఉండాలి. కొత్త పద్ధతులు కార్యక్రమానికి కొత్త అవకాశాలను తెరవగలవు.

కొత్త పద్ధతులను చేర్చడానికి కార్యక్రమం చేయగలిగే కొన్ని విషయాలు ఇక్కడ ఉన్నాయి:

- నూతన పద్ధతుల గురించి తెలుసుకోండి.
- ఇతర సంస్థల నుండి నేర్చుకోండి.
- కొత్త పద్ధతులను ప్రయత్నించడానికి ధైర్యం చేయండి.

కార్యక్రమాన్ని అనుసరించడం మరియు పరిణామం చెందడం అనేది ఒక శాశ్వత ప్రక్రియ. కార్యక్రమం తన లక్ష్యాలను సాధించడానికి మరియు ప్రభావాన్ని కొనసాగించడానికి, అది మారుతున్న అవసరాలకు స్పందించడానికి మరియు కొత్త పద్ధతులను చేర్చడానికి సిద్ధంగా ఉండాలి.

కార్యక్రమ ప్రభావాన్ని కొలవడం మరియు ప్రదర్శించడం: నిరంతర మద్దతు కోసం విజయానికి bằng chứngను అందించడం

కార్యక్రమాలు సమాజంలో మార్పులు తీసుకురావడానికి రూపొందించబడ్డాయి. అయితే, కార్యక్రమం తన లక్ష్యాలను సాధించిందని మరియు ప్రభావాన్ని చూపిందని నిరూపించడం ముఖ్యం. కార్యక్రమ ప్రభావాన్ని కొలవడం మరియు ప్రదర్శించడం అనేది ఈ సాక్ష్యాన్ని అందించడానికి ఒక మార్గం.

కార్యక్రమ ప్రభావాన్ని కొలవడం

కార్యక్రమ ప్రభావాన్ని కొలవడానికి అనేక మార్గాలు ఉన్నాయి. కార్యక్రమం యొక్క లక్ష్యాలను బట్టి, కొలవవలసిన అంశాలు మారుతూ ఉంటాయి.

కార్యక్రమ ప్రభావాన్ని కొలవడానికి ఉపయోగించే కొన్ని సాధారణ పద్ధతులు ఇక్కడ ఉన్నాయి:

- ప్రత్యక్ష పరిశీలన: కార్యక్రమంలో పాల్గొనే వారిని నేరుగా పరిశీలించడం ద్వారా ప్రభావాన్ని అంచనా వేయవచ్చు.
- సర్వేలు: కార్యక్రమంలో పాల్గొనే వారి నుండి సమాచారాన్ని సేకరించడానికి సర్వేలు ఉపయోగించవచ్చు.
- గణాంకాలు: కార్యక్రమం ప్రారంభించక ముందు మరియు తర్వాత డేటాను పోల్చడం ద్వారా ప్రభావాన్ని అంచనా వేయవచ్చు.

కార్యక్రమ ప్రభావాన్ని కొలవడానికి ఒక సమగ్ర విధానాన్ని అభివృద్ధి చేయడం ముఖ్యం. ఈ విధానం కార్యక్రమం యొక్క లక్ష్యాలను అంచనా వేయడానికి మరియు సరైన పద్ధతులను ఎంచుకోవడానికి సహాయపడుతుంది.

కార్యక్రమ ప్రభావాన్ని ప్రదర్శించడం

కార్యక్రమ ప్రభావాన్ని కొలవడం ఒక ముఖ్యమైన దశ, కానీ దానిని ప్రదర్శించడం కూడా ముఖ్యం. కార్యక్రమ ప్రభావాన్ని ప్రదర్శించడానికి అనేక మార్గాలు ఉన్నాయి.

కార్యక్రమ ప్రభావాన్ని ప్రదర్శించడానికి ఉపయోగించే కొన్ని సాధారణ పద్ధతులు ఇక్కడ ఉన్నాయి:

- రీపోర్ట్లు: కార్యక్రమ ప్రభావాన్ని రీపోర్ట్లలో వివరించవచ్చు.

- ప్రెస్ రిలీజ్ లు: కార్యక్రమ ప్రభావాన్ని ప్రెస్ రిలీజ్ లలో ప్రకటించవచ్చు.

- వెబ్ సైట్లు: కార్యక్రమ ప్రభావాన్ని కార్యక్రమం యొక్క వెబ్ సైట్ లో ప్రదర్శించవచ్చు.

కార్యక్రమ ప్రభావాన్ని ప్రదర్శించడానికి ఒక ప్రభావవంతమైన మార్గాన్ని ఎంచుకోవడం ముఖ్యం. ప్రేక్షకులకు సందేశాన్ని చేరవేయడానికి మరియు నిరంతర మద్దతును పొందడానికి సహాయపడే ఒక మార్గాన్ని ఎంచుకోవాలి.

ఉత్తమ పద్ధతులు మరియు నేర్చుకున్న పాఠాలను పంచుకోవడం: ఇతరులను అక్షరజ్ఞాన కార్యక్రమాలను పునరావృతం చేయడానికి మరియు విస్తరించడానికి ప్రేరేపించడం.

అక్షరజ్ఞత అనేది ప్రతి ఒక్కరికీ అందుబాటులో ఉండాల్సిన ప్రాథమిక హక్కు. అక్షరజ్ఞులుగా ఉండటం వలన వ్యక్తులు తమ సామాజిక, ఆర్థిక మరియు ఆరోగ్య పరిస్థితులను మెరుగుపరచుకోవచ్చు. అక్షరజ్ఞత కార్యక్రమాలు ఈ ప్రాథమిక హక్కును అందించడంలో ముఖ్యమైన పాత్ర పోషిస్తాయి.

ఉత్తమ పద్ధతులు మరియు నేర్చుకున్న పాఠాలను పంచుకోవడం ద్వారా, అక్షరజ్ఞత కార్యక్రమాలను మరింత ప్రభావవంతంగా చేయడానికి మరియు విస్తరించడానికి సహాయపడవచ్చు.

ఉత్తమ పద్ధతులు మరియు నేర్చుకున్న పాఠాలను పంచుకోవడానికి కొన్ని మార్గాలు ఇక్కడ ఉన్నాయి:

- వెబ్‌సైట్‌లు మరియు రిసోర్స్ డేటాబేస్‌లు: అక్షరజ్ఞత కార్యక్రమాల గురించి సమాచారం మరియు వనరులను అందించే వెబ్‌సైట్‌లు మరియు రిసోర్స్ డేటాబేస్‌లు అనేక ఉన్నాయి. ఈ వనరులు ఉత్తమ పద్ధతులు మరియు నేర్చుకున్న పాఠాల గురించి సమాచారాన్ని అందించడానికి ఉపయోగించవచ్చు.
- వర్క్‌షాప్‌లు మరియు సెమినార్‌లు: అక్షరజ్ఞత కార్యక్రమాలలో పని చేస్తున్న వ్యక్తుల కోసం వర్క్‌షాప్‌లు మరియు సెమినార్‌లను నిర్వహించడం ద్వారా, ఉత్తమ పద్ధతులు మరియు నేర్చుకున్న పాఠాలను పంచుకోవచ్చు.

- ప్రచురణలు: అక్షరజ్ఞత కార్యక్రమాల గురించి కథనాలు, కథనాలు మరియు ఇతర ప్రచురణలను రూపొందించడం ద్వారా, ఉత్తమ పద్ధతులు మరియు నేర్చుకున్న పాఠాలను పంచుకోవచ్చు.

ఉత్తమ పద్ధతులు మరియు నేర్చుకున్న పాఠాలను పంచుకోవడం వలన కలిగే కొన్ని ప్రయోజనాలు ఇక్కడ ఉన్నాయి:

- ఇతరులకు నేర్పడానికి సహాయపడుతుంది.
- కార్యక్రమాల యొక్క ప్రభావాన్ని మెరుగుపరుస్తుంది.
- కార్యక్రమాల విస్తరణకు దోహదపడుతుంది.

అక్షరజ్ఞత కార్యక్రమాలలో పని చేస్తున్న వ్యక్తులు ఉత్తమ పద్ధతులు మరియు నేర్చుకున్న పాఠాలను పంచుకోవడం ద్వారా, ప్రపంచవ్యాప్తంగా అక్షరజ్ఞుల సంఖ్యను పెంచడంలో సహాయపడవచ్చు.

Chapter 7: Building Bridges Beyond Borders - A Global Call to Action

అధ్యాయం 7: సరిహద్దులు దాటి వంతెనలు నిర్మించడం - ఒక గ్లోబల్ చర్యకు పిలుపు

ప్రపంచవ్యాప్తంగా అక్షరజ్ఞత విద్య అవసరాన్ని హైలైట్ చేయడం.

అక్షరజ్ఞత అనేది ప్రతి ఒక్కరికీ అందుబాటులో ఉండాల్సిన ప్రాథమిక హక్కు. అక్షరజ్ఞులుగా ఉండటం వలన వ్యక్తులు తమ సామాజిక, ఆర్థిక మరియు ఆరోగ్య పరిస్థితులను మెరుగుపరచుకోవచ్చు. అయితే, ప్రపంచవ్యాప్తంగా ఇప్పటికీ 773 మిలియన్ల మంది పెద్దలు అక్షరజ్ఞులు కారు.

ప్రపంచవ్యాప్తంగా అక్షరజ్ఞత విద్య అవసరాన్ని హైలైట్ చేయడానికి అనేక మార్గాలు ఉన్నాయి. కొన్ని ముఖ్యమైన మార్గాలు ఇక్కడ ఉన్నాయి:

- ప్రచారం: అక్షరజ్ఞత విద్య యొక్క ప్రాముఖ్యత గురించి ప్రజలకు అవగాహన కల్పించడానికి ప్రచారం చేయడం ముఖ్యం. ఈ ప్రచారం టీవీ ప్రకటనలు, రేడియో ప్రకటనలు, పోస్టర్లు మరియు ఇతర మీడియా ద్వారా చేయవచ్చు.

- పరిశోధన: అక్షరజ్ఞత విద్య యొక్క ప్రభావాన్ని అంచనా వేయడానికి పరిశోధన చేయడం ముఖ్యం. ఈ పరిశోధన అక్షరజ్ఞత విద్య యొక్క ప్రాముఖ్యతను మరింత బలోపేతం చేస్తుంది.

- సంస్థలు మరియు ప్రభుత్వాల మద్దతు: అక్షరజ్ఞత విద్య కోసం సంస్థలు మరియు ప్రభుత్వాల మద్దతు ముఖ్యం. ఈ మద్దతు కార్యక్రమాలను అభివృద్ధి చేయడానికి మరియు అమలు చేయడానికి సహాయపడుతుంది.

ప్రపంచవ్యాప్తంగా అక్షరజ్ఞత విద్య అవసరాన్ని హైలైట్ చేయడం ద్వారా, అక్షరజ్ఞుల సంఖ్యను పెంచడానికి మరియు ప్రపంచాన్ని మరింత సమానమైన మరియు న్యాయమైన ప్రదేశంగా మార్చడానికి మనం సహాయపడవచ్చు.

ప్రపంచవ్యాప్తంగా అక్షరజ్ఞత విద్య అవసరాన్ని హైలైట్ చేయడానికి కొన్ని నిర్దిష్ట ఉదాహరణలు:

- యునైటెడ్ నేషన్స్ విద్యా, శాస్త్ర మరియు సాంస్కృతిక సంస్థ (యునెస్కో) ప్రతి సంవత్సరం అక్షరజ్ఞత దినోత్సవాన్ని జరుపుకుంటుంది. ఈ దినోత్సవం అక్షరజ్ఞత విద్య యొక్క ప్రాముఖ్యతను ప్రజలకు గుర్తు చేస్తుంది.

- అక్షరజ్ఞత సంస్థలు ప్రపంచవ్యాప్తంగా అక్షరజ్ఞత కార్యక్రమాలను నిర్వహిస్తాయి. ఈ కార్యక్రమాలు అక్షరజ్ఞత లేని వ్యక్తులకు అక్షరజ్ఞత నేర్పడానికి ఉద్దేశించబడ్డాయి.

- ప్రభుత్వాలు అక్షరజ్ఞత విద్యను ప్రోత్సహించడానికి విధానాలు మరియు చట్టాలను రూపొందిస్తాయి.

అక్షరజ్ఞాన కార్యక్రమాలలో అంతర్జాతీయ సహకారం మరియు జ్ఞాన భాగస్వామ్యాన్ని ప్రోత్సహించడం.

అక్షరజ్ఞత అనేది ప్రతి ఒక్కరికీ అందుబాటులో ఉండాల్సిన ప్రాథమిక హక్కు. అక్షరజ్ఞులుగా ఉండటం వలన వ్యక్తులు తమ సామాజిక, ఆర్థిక మరియు ఆరోగ్య పరిస్థితులను మెరుగుపరచుకోవచ్చు. అయితే, ప్రపంచవ్యాప్తంగా ఇప్పటికీ 773 మిలియన్ల మంది పెద్దలు అక్షరజ్ఞులు కారు.

అక్షరజ్ఞుల సంఖ్యను పెంచడానికి, అంతర్జాతీయ సహకారం మరియు జ్ఞాన భాగస్వామ్యం చాలా ముఖ్యం. అంతర్జాతీయ సహకారం ద్వారా, మేము వివిధ దేశాల నుండి అనుభవం మరియు పరిజ్ఞానాన్ని పంచుకోవచ్చు. జ్ఞాన భాగస్వామ్యం ద్వారా, మేము అక్షరజ్ఞత కార్యక్రమాలను మరింత ప్రభావవంతంగా చేయడానికి కొత్త మార్గాలను కనుగొనవచ్చు.

అంతర్జాతీయ సహకారం మరియు జ్ఞాన భాగస్వామ్యాన్ని ప్రోత్సహించడానికి కొన్ని మార్గాలు ఇక్కడ ఉన్నాయి:

- అంతర్జాతీయ సంస్థలు మరియు కార్యక్రమాలను మద్దతు ఇవ్వడం: యునైటెడ్ నేషన్స్ విద్యా, శాస్త్ర మరియు సాంస్కృతిక సంస్థ (యునెస్కో), ప్రపంచ బ్యాంక్ మరియు ఇతర సంస్థలు అక్షరజ్ఞత కార్యక్రమాలను ప్రోత్సహించడానికి పని చేస్తున్నాయి. ఈ సంస్థలను మద్దతు ఇవ్వడం ద్వారా, మేము అంతర్జాతీయ సహకారాన్ని ప్రోత్సహించడంలో సహాయపడవచ్చు.

- అక్షరజ్ఞత కార్యక్రమాల గురించి అవగాహన పెంచడం: ప్రపంచవ్యాప్తంగా అక్షరజ్ఞత కార్యక్రమాల

గురించి అవగాహన పెంచడానికి ప్రచారం చేయడం ముఖ్యం. ఈ ప్రచారం ద్వారా, మేము ప్రజలు అక్షరజ్ఞత విద్య యొక్క ప్రాముఖ్యతను అర్థం చేసుకోవడానికి సహాయపడవచ్చు.

- అక్షరజ్ఞత కార్యక్రమాల నుండి నేర్చుకోవడం: ఇతర దేశాల నుండి అక్షరజ్ఞత కార్యక్రమాల గురించి నేర్చుకోవడం ద్వారా, మేము మన స్వంత కార్యక్రమాలను మెరుగుపరచడానికి మార్గాలను కనుగొనవచ్చు.

అంతర్జాతీయ సహకారం మరియు ज्ञాన భాగస్వామ్యం ద్వారా, మేము ప్రపంచవ్యాప్తంగా అక్షరజ్ఞుల సంఖ్యను పెంచడానికి మరియు ప్రపంచాన్ని మరింత సమానమైన మరియు న్యాయమైన ప్రదేశంగా మార్చడానికి సహాయపడవచ్చు.

అందరికీ నాణ్యమైన అక్షరజ్ఞాన విద్యకు సమాన ప్రాప్తిని వాదించడం.

అక్షరజ్ఞత అనేది ప్రతి ఒక్కరికీ అందుబాటులో ఉండాల్సిన ప్రాథమిక హక్కు. అక్షరజ్ఞులుగా ఉండటం వలన వ్యక్తులు తమ సామాజిక, ఆర్థిక మరియు ఆరోగ్య పరిస్థితులను మెరుగుపరచుకోవచ్చు. అయితే, ప్రపంచవ్యాప్తంగా ఇప్పటికీ 773 మిలియన్ల మంది పెద్దలు అక్షరజ్ఞులు కారు.

అందరికీ నాణ్యమైన అక్షరజ్ఞాన విద్యకు సమాన ప్రాప్తిని అందించడం చాలా ముఖ్యం. నాణ్యమైన అక్షరజ్ఞాన విద్య అనేది అందరికీ అందుబాటులో ఉండాలి, వారు వారి జాతి, మతం, లింగం, ఆర్థిక పరిస్థితి లేదా భౌగోళిక స్థానంతో సంబంధం లేకుండా.

అందరికీ నాణ్యమైన అక్షరజ్ఞాన విద్యకు సమాన ప్రాప్తిని అందించడానికి కొన్ని మార్గాలు ఇక్కడ ఉన్నాయి:

- ప్రభుత్వాలు అక్షరజ్ఞత విద్యను ప్రోత్సహించడానికి చట్టాలు మరియు విధానాలను రూపొందిస్తాయి.
- అక్షరజ్ఞత సంస్థలు అక్షరజ్ఞత కార్యక్రమాలను నిర్వహిస్తాయి.
- సమాజంలోని వివిధ వర్గాల ప్రజలు అక్షరజ్ఞత విద్యపై అవగాహన పెంచడానికి కృషి చేస్తారు.

అందరికీ నాణ్యమైన అక్షరజ్ఞాన విద్యకు సమాన ప్రాప్తిని అందించడానికి కృషి చేయడం ద్వారా, మనం ప్రపంచాన్ని మరింత సమానమైన మరియు న్యాయమైన ప్రదేశంగా మార్చగలము.

అందరికీ నాణ్యమైన అక్షరజ్ఞాన విద్యకు సమాన ప్రాప్తి అందించడం వలన కలిగే కొన్ని ప్రయోజనాలు ఇక్కడ ఉన్నాయి:

- అక్షరజ్ఞత లేని వ్యక్తులు తమ సామాజిక, ఆర్థిక మరియు ఆరోగ్య పరిస్థితులను మెరుగుపరచుకోవచ్చు.
- అక్షరజ్ఞత లేని వ్యక్తులు తమ హక్కులు మరియు బాధ్యతల గురించి తెలుసుకోవచ్చు.
- అక్షరజ్ఞత లేని వ్యక్తులు తమ సమాజంలో చురుకైన పాత్ర పోషించవచ్చు.

అందరికీ నాణ్యమైన అక్షరజ్ఞాన విద్యకు సమాన ప్రాప్తిని అందించడానికి మనం అందరూ కలిసి కృషి చేయాలి.

అక్షరాస్యత ద్వారా మీ సొంత సమాజాలలో వంతెనలు నిర్మించడంలో పాల్గొనడానికి పాఠకులను ప్రేరేపించే పిలుపు: ఒక చర్యకు పిలుపు

అక్షరాస్యత అనేది ఒక వంతెన. ఇది పుస్తకాల పేజీల మధ్య మాత్రమే కాదు, మన సమాజాలలోని వ్యక్తుల మధ్య కూడా వంతెనలు నిర్మిస్తుంది. ఇది అవగాహనను పెంపొందిస్తుంది, సహానుభూతిని ప్రోత్సహిస్తుంది మరియు మనందరినీ కలిసి చేస్తుంది. కానీ, ప్రతి ఒక్కరి చేతిలోనూ అక్షరాస్యత యొక్క బహుమ లేదు. అందుకే మనం చర్య తీసుకోవాలి. అందుకే మనం వారికి వంతెన నిర్మించాలి.

మీ సొంత సమాజంలోనే అక్షరాస్యత ద్వారా వంతెనలు నిర్మించడానికి అనేక మార్గాలు ఉన్నాయి. ఇక్కడ కొన్ని ఆలోచనలు ఉన్నాయి:

- స్వచ్ఛందంగా చేయండి: మీ స్థానిక అక్షరాస్యత కార్యక్రమంలో వాలంటీర్‌గా చేయండి. చదవడం నేర్చుకోవాలనుకునే వ్యక్తులకు ఒక-ఒకటి ట్యూటర్‌గా ఉండండి లేదా చిన్న గ్రూపులను నడిపించండి. మీరు మీ స్థానిక లైబ్రరీలో కూడా వాలంటీర్‌గా చేయవచ్చు, పుస్తకాల ఎంపికలో సహాయం చేయవచ్చు లేదా కథా కార్యక్రమాలను హోస్ట్ చేయవచ్చు.
- పుస్తకాలను విరాళంగా ఇవ్వండి: మీ పుస్తకాల అల్మారాలో ధూళి పడుతున్న పుస్తకాలు ఉన్నాయా? వాటిని మీ స్థానిక అక్షరాస్యత కార్యక్రమానికి లేదా లైబ్రరీకి విరాళంగా ఇవ్వండి. మీరు పుస్తకాల దుకాణానికి వెళ్లి కొత్త పుస్తకాలను కొనుగోలు చేసి విరాళంగా ఇవ్వవచ్చు.

- అవగాహన కల్పించండి: మీ స్నేహితులు, కుటుంబ సభ్యులు మరియు పొరుగువారితో అక్షరాస్యత ప్రాముఖ్యత గురించి మాట్లాడండి. సోషల్ మీడియాలో పోస్ట్ చేయండి, మీ స్థానిక పత్రికకు లేఖ రాయండి లేదా మీ కమ్యూనిటీలో అవగాహన కార్యక్రమాన్ని నిర్వహించండి.

- సంఘటనలలో పాల్గొనండి: మీ స్థానిక అక్షరాస్యత కార్యక్రమం హోస్ట్ చేసే ఈవెంట్‌లకు హాజర olun. ఇది ఫండ్‌రైజర్, బుక్ డ్రైవ్ లేదా అక్షరాస్యత అవగాహన వారంలో ఒక కార్యక్రమం కావచ్చు. మీ ఉనికి మరియు మద్దతు వారికి చాలా అర్థం.

- డబ్బు ఇవ్వండి: మీకు ఇష్టమైన అక్షరాస్యత సంస్థకు విరాళంగా ఇవ్వండి. మీ విరాళం వారికి పుస్తకాలు, సరఫరాలు మరియు ఇతర వనరులను అందించడంలో సహాయపడుతుంది.

మీ చర్యలు, ఎంత చిన్నగా ఉన్నా, నిజంగానే వ్యత్యాసాన్ని కలిగిస్తాయి.

www.ingramcontent.com/pod-product-compliance
Lightning Source LLC
LaVergne TN
LVHW010605070526
838199LV00063BA/5077
* 9 7 9 8 8 6 9 2 1 0 5 1 7 *